बांधकाम क्षेत्राची

गरुडझेप

प्रकाश मेढेकर

सकाळ प्रकाशन

सकाळ प्रकाशन

प्रथम आवृत्ती : डिसेंबर, २०२२
द्वितीय आवृत्ती : जुलै, २०२३
प्रकाशक : सकाळ मीडिया प्रा. लि.
५९५, बुधवार पेठ, पुणे- ४११००२
मुखपृष्ठ / मांडणी : धनश्री ग्राफिक्स

ISBN : 978-93-95139-11-3
संपर्क : ०२०-२४४०५६७८/८८८८८ ४९०५०
sakalprakashan@esakal.com

ज्यांच्या अथक परिश्रमामुळे
मी स्थापत्य अभियंता बनलो
आणि ज्यांच्या आशीर्वादाने
हे लेखन झाले
त्या माझ्या
कै. आईवडिलांना
हे पुस्तक अर्पण!

प्रस्तावना

सर्व वाचकप्रिय जनांना माझा नमस्कार! माझे स्नेही प्रकाश मेढेकर सर यांच्या पुस्तकाची प्रस्तावना लिहिण्याची संधी मला मिळाली त्याबद्दल मी त्यांचे सर्वप्रथम मनःपूर्वक आभार मानतो. खरं तर एखाद्या पुस्तकाची प्रस्तावना लिहिणे हे तसे अवघड काम असते; परंतु त्यांच्या आग्रहामुळे आणि त्यांनी आजपर्यंत केलेले लेखन वाचल्यामुळे प्रस्तावना लिहिण्याचे मी स्वीकारले.

प्रकाश मेढेकर सरांचा आणि माझा परिचय अनेक वर्षांपासूनचा आहे. त्यांचा बांधकाम क्षेत्रातील गाढा अभ्यास तर आहेच, परंतु त्याचबरोबर प्रत्यक्ष साइटवर काम करून स्वानुभवातून लिहिणारे फार थोड्या लेखकांपैकी एक म्हणून मी त्यांना जास्त ओळखतो. तसे पाहता आजच्या काळात अभियंता लेखक बोटांवर मोजण्याइतकेच आहेत. त्यामध्ये त्यांचे नाव अग्रेसर म्हणता येईल. मला त्यांचा 'बांधकाम दिशा नवनिर्मितीची' या पुस्तकाबद्दल खूपच चांगले अनुभव आले. मी स्वतः कॉलेज ऑफ इंजिनिअरिंग, तुळजापूर व ए. जी. पाटील. पॉलिटेक्निक कॉलेज, सोलापूर या कॉलेजमध्ये हे पुस्तक प्रथम आलेल्या १० विद्यार्थ्यांना भेट दिले आहे. त्यांचे 'Key For Practical Construction' हे पुस्तक नुकतेच प्रकाशित झाले. त्या पुस्तकालासुद्धा मोठा प्रतिसाद मिळत आहे.

वाचन चळवळ वाढावी यासाठी मी खास प्रयत्न करीत आहे. या चळवळीला त्यांची मला खूप मदत होत असते. त्यांची दोन्ही पुस्तके मी माझ्या संपर्कातील अनेकांना भेट दिली आहेत. त्यात शासकीय महानगरपालिकेचे इंजिनिअर्स, विद्यार्थी, स्वतःचे घर बांधणारे यांचाही समावेश आहे. या दोन्ही पुस्तकांचे वैशिष्ट्य म्हणजे सहज समजणारी भाषा! या पुस्तकातील सर्व लेख सविस्तर, अभ्यासपूर्ण लिहिलेले असून, बांधकाम क्षेत्राबाबत कुतूहल असणाऱ्या सर्वसामान्यांना सहज समजतील असेच आहेत.

प्रकाश मेढेकर हे पुणे इंजिनिअरिंग कॉलेजचे १९८२ सालचे विशेष श्रेणीतील पदवीधर आहेत. भारत, इराक, ओमान, मलेशिया या देशातील प्रत्यक्ष कामाचा त्यांचा अनुभव लाखमोलाचा आहे. परदेशात अनेक मोठ्या प्रकल्पांवर काम केल्याने जगभरातील प्रसिद्ध व अप्रतिम स्थापत्य अभियांत्रिकीबद्दल लिहिण्यास त्यांनी सुरुवात केली. ते उत्तम अभियंता तर आहेतच, पण त्याचबरोबर उत्तम शिक्षकही आहेत. आपल्या क्षेत्राबद्दल त्यांना विशेष आस्था आहे. आपल्या क्षेत्रात प्रामाणिक प्रयत्न करून काम करणाऱ्या प्रत्येकाला मार्गदर्शन व प्रचंड प्रोत्साहन देण्याचा त्यांचा सतत प्रयत्न असतो. बांधकामात उत्तम कारागिरी आणि दर्जा असणे याबाबत ते नेहमीच आग्रही असतात. समोरच्या व्यक्तींचा मतांचा आदर आणि विचार करणे हा त्यांच्यातील महत्त्वाचा गुण मला विशेष करून जाणवला.

मेढेकर यांचे तिसरे पुस्तक 'बांधकाम क्षेत्राची गरुडझेप' हे माझ्याप्रमाणेच अनेकांसाठी आनंददायी असणार आहे. प्रस्तावनेच्या निमित्ताने या पुस्तकातील लेख माझ्या वाचण्यात आले. पहिल्या भागात बुर्ज खलिफा, पेट्रोनस ट्विन टॉवर, बांद्रा-वरळी सी लिंक, स्टॅच्यू ऑफ युनिटी, एकेकाळचे बगदाद शहर, युरो टनेल, मरिना सिटी, दुबईचे मिरॅकल गार्डन, बहाई टेम्पल, भाक्रा नांगल धरण, पिसाचा मनोरा, हूव्हर डॅम, मुंबई-पुणे द्रुतगती मार्ग, कोकण रेल्वे याबद्दल विस्तृतपणे लिहिले आहेत. थोडक्यात, प्राचीन ते आधुनिक स्थापत्यशैलीचा उत्कृष्ट संगम या पुस्तकात झाला आहे. नुकताच पूर्ण झालेला 'स्टॅच्यू ऑफ युनिटी' या प्रकल्पाबद्दल असणारी माहिती

मला खूपच आवडली. सरदार वल्लभभाई यांचा जगातील सर्वात उंच असणारा हा थक्क करणारा पुतळा व त्या प्रोजेक्टमधील बारकावे म्हणजे आश्चर्य म्हणता येईल. बांद्रा-वरळी सी लिंक ह्या भारतातील पहिल्याच सी-लिंक प्रकल्पाची माहिती वाचनीय आहे. दुसऱ्या भागात त्यांनी बांधकाम साहित्यावर प्रकाशझोत टाकला आहे. फेरोक्रिट, पर्यावरणपूरक बांधकाम साहित्य, इकोफ्रेंडली फ्लोअरिंग कार्पेट, फायबर डोम निर्मिती याबाबत अनेक महत्त्वपूर्ण लेख आहेत. तिसऱ्या आणि चौथ्या भागात पार्किंग व्यवस्थापन, स्मार्ट सिटी, पर्यावरण, बांधकाम सुरक्षा, ग्रीन एअरपोर्ट, वास्तूंचे जतन आणि संवर्धन, अपारंपरिक ऊर्जा अशा अनेक विषयांचा समावेश आहे.

पुस्तकातील सर्वच लेख बांधकाम क्षेत्रात कार्यरत असणाऱ्या सर्वांसाठी प्रेरणादायी आहेत. स्थापत्य अभियांत्रिकीची व्याप्ती महाप्रचंड आहे. ती संपूर्णपणे समजण्यासाठी हा जन्म अपुरा आहे असे मला वाटते. त्यामुळे जेवढे शक्य असेल तितके ज्ञान मिळवणे आवश्यक असते. मी स्वतः स्थापत्य अभियंता असून ३० वर्षांपासून बांधकाम क्षेत्राशी निगडित आहे. आज सिव्हिल इंजिनिअर्सचे वाचन करण्याचे प्रमाण खूप कमी झाले आहे. त्याबाबत ते अनेक कारणे सांगतात. या मताशी मी निश्चितच सहमत नाही. रोजच्या दैनंदिन जीवनात थोडा तरी वेळ चांगल्या वाचनासाठी आपण राखून ठेवला पाहिजे. लेखक प्रकाश मेढेकर यांच्याप्रमाणेच मी सुद्धा वाचनासाठी आग्रही असतो; इतरांना त्यासाठी प्रेरित करायला मला आवडते. त्यासाठी स्वतः पुढाकार घेऊन मी 'बुक क्लब' स्थापन केला आहे. त्यामार्फत आम्ही विविध लेखकांची व्याख्याने, पुस्तकांची देवाणघेवाण, वाचन संस्कृती रुजवण्यासाठी विविध कार्यक्रमांचे आयोजन करत असतो.

स्थापत्य अभियंता प्रकाश मेढेकर लिखित 'बांधकाम क्षेत्राची गरुडझेप' हे पुस्तक म्हणजे प्राचीन-अर्वाचीन काळातील नेत्रदीपक स्थापत्यकलेचा रंजक आणि अभ्यासपूर्ण वृत्तान्त आहे. मला विश्वास वाटतो, की हे पुस्तक सर्व वाचकांना मार्गदर्शक, आपल्या ज्ञानात भर टाकणारे ठरेलच, पण त्याहीपेक्षा बांधकाम क्षेत्रात पदार्पण करणाऱ्या आणि कार्यरत असणाऱ्या सर्वांनाच प्रेरणादायी ठरेल. 'वाचाल तर वाचाल' या उक्तीप्रमाणे वाचनाचा जाणीवपूर्वक आग्रह करतो. आपण सर्वांनी हे पुस्तक अवश्य वाचावे, संग्रही ठेवावे आणि ज्ञानाचा खजिना म्हणून इतरांना भेट द्यावे. प्रकाश मेढेकर सरांना पुढील वाटचालीसाठी मनापासून हार्दिक शुभेच्छा!

धन्यवाद!

आपला,
अविनाश निमसे
संस्थापक : बुक क्लब, पुणे.
स्थापत्य अभियंता,
ब्रँड ॲम्बेसिडर : स्वच्छ सर्वेक्षण
भारत सरकार व म.न.पा.पुणे.

मनोगत

बांधकाम क्षेत्राचा इतिहास हा प्राचीन काळातील खडकांमध्ये खोदलेल्या गुहेपासून आजच्या काळातील गगनचुंबी इमारती, पूल, बोगदे, महाकाय धरणे असा आहे. प्रत्येक प्रकल्पाच्या उभारणीमध्ये ज्ञात आणि अज्ञात कल्पक अभियंते, रचनाकार, संरचनाकार, संशोधक यांचा मोलाचा वाटा असतो. व्यवसाय अथवा नोकरी करताना माझ्या शोधक नजरेला खूप काही दिसले, सुचले आणि ते कागदावर उतरवण्यासाठी मी थोडे परिश्रम घेतले इतकेच!

पुण्यातील अभियांत्रिकी कॉलेजमधून १९८२ मध्ये मी स्थापत्य अभियांत्रिकीची पदवी विशेष श्रेणीत संपादन केली. सुरुवातीच्या काळात पगारापेक्षा मिळणाऱ्या अनुभवाला जास्त प्राधान्य दिले. आजच्या अभियंत्यांना मार्गदर्शन करताना मी हेच सांगत असतो. संपूर्ण बांधकाम क्षेत्र हे वैविध्यपूर्णतेने बहरलेले आहे. आपला एक जन्म ते समजण्यासाठी अपुरा आहे म्हणूनच मिळालेला प्रत्येक दिवस सत्कारणी कसा लागेल, त्यासाठीचे प्रयत्न आपण करायला पाहिजे असे मला वाटते.

मला तो दिवस अजूनही आठवतो. २००९ मध्ये मलेशियात केलेल्या प्रकल्प नेतृत्वासाठी तत्कालीन राष्ट्रपती ए. पी. जे. अब्दुल कलाम यांनी माझे कौतुक केले. आपले ज्ञान आणि अनुभव यांचा समाजाला उपयोग व्हायला पाहिजे हा मूलमंत्रच त्यांनी मला सांगितला. याच भेटीच्या 'दै. सकाळ'मधील छोट्याशा बातमीने माझ्या लेखनप्रवासाची सुरुवात झाली. माझ्या वडिलांना लेखनाची आवड होती; त्यांचीच लेखणी माझ्या हातात आली, असे मला मनापासून वाटते. आजही माझा लेखनप्रवास सुरू असून, माझी पत्नी सौ. दीपा माझ्या प्रत्येक लेखाचे शुद्धलेखन आणि सर्वसामान्य वाचक म्हणून अवलोकन करत असते, त्यामुळे लेखनातील प्रसिद्धिपूर्व त्रुटी आपोआपच दूर होतात.

बांधकामाची व्याप्ती प्रचंड असल्यामुळे लेखनासाठी भरपूर विषय आजपर्यंत मिळत गेले. भारतरत्न मोक्षगुंडम विश्वेश्वरैया यांच्या अभियांत्रिकीतील कारकिर्दीचा प्रभाव माझ्या मनावर कायम स्वरूपी कोरला गेला आहे. लेखनात सातत्य ठेवल्यामुळे उत्साह आणि जबाबदारी वाढत गेली. लेखनातील माझा दृष्टिकोन सदैव सकारात्मक होता. लेखनस्वातंत्र्याचा गैरवापर मी कधी केला नाही. गेल्या दहा वर्षांत विविध माध्यमांद्वारे बांधकामविषयक अंदाजे २०० लेख प्रसिद्ध झाले. माझ्या निवडक लेखांचे संकलन करून 'दिशा बांधकाम नवनिर्मितीची' हे पुस्तक 'सकाळ प्रकाशन' मार्फत २०१७ मध्ये झाले. आज अल्पावधीतच त्याची पाचवी आवृत्ती आली आहे. अनेक जणांना मातृभाषेतील हे पुस्तक आवडले. अनेकांनी व्यक्त केलेल्या इच्छेनुसार त्याची इंग्रजी आवृत्ती 'Key for Practical Construction' या रूपाने प्रसिद्ध झाली आहे. त्यामुळे हे पुस्तक देशभरातील वाचकांपर्यंत पोहोचवण्याची संधी मिळाली.

'बांधकाम क्षेत्राची गरुडझेप' या माझ्या तिसऱ्या पुस्तकात देशविदेशातील महत्त्वाकांक्षी प्रकल्पांची ओळख करून देणारे लेख आहेत. त्याचप्रमाणे वास्तू, शहरे, पर्यावरण, ऊर्जा, बांधकाम साहित्यविषयक अनेक लेखांचा समावेश यात केला आहे. माझ्या यापूर्वीच्या दोन्ही पुस्तकांना देशाच्या कानाकोपऱ्यातून उदंड प्रतिसाद मिळाला. या पुस्तकालाही तितकाच प्रतिसाद मिळेल याची खात्री आहे. आज अनेक अभियंते देशात आणि परदेशात विविध प्रकारच्या बांधकामावर काम करण्याची इच्छा बाळगून आहेत. त्यांनी प्रत्यक्ष काम करून अधिक ज्ञान मिळवणे आवश्यक आहे. बांधकाम क्षेत्राशी निगडित विविध पुस्तकांचे नियमित वाचन करण्याची

सवय त्यांनी अंगी बाणवायला हवी. यामुळे त्यांची अभ्यास करण्याची दृष्टी विकसित होऊन ज्ञान आणि कौशल्य द्विगुणित होईल. वेगवेगळी बांधकामे पाहताना चिकित्सक विचार करण्याची दृष्टी त्यांना मिळेल. विद्यार्थिदशेतच व्यावसायिक नजर तयार होईल. शिक्षण आणि प्रत्यक्ष काम यामधील पोकळी भरून निघेल. सध्याच्या स्पर्धात्मक युगात स्वतःच्या पायावर उभे राहून आत्मनिर्भरतेने राष्ट्रनिर्मितीत त्यांना योगदान देता येईल. घर बांधण्याचे स्वप्न उराशी बाळगणाऱ्या सर्वसामान्यांनासुद्धा बांधकाम विश्वातील अद्वितीय कामांची ओळख होण्यास या पुस्तकाच्या माध्यमातून निश्चित मदत होईल.

या पुस्तकातील काही माहिती आणि फोटोंसाठी गुगल वेबसाइट आणि अंबुजा सिमेंटचे टेक्निकल बुक लिहिणारे सी. एम. दोर्डी यांचे बहुमूल्य मार्गदर्शन आणि प्रोत्साहन मिळाले. पुस्तक बनवण्यासाठी ज्यांनी मोलाचे सहकार्य केले त्या सकाळ प्रकाशन टीमचा, विशेषत्वाने उपसंपादक सचिन वाघमारे यांचा मी अत्यंत ऋणी आहे.

– प्रकाश मेढेकर

prakash.5956@gmail.com

अनुक्रमणिका

भाग १ : बांधकाम क्षेत्रातील आश्चर्ये

भाग २ : वैविध्यपूर्ण बांधकाम साहित्य

भाग ३ : शहर आणि घरांच्या रचना

भाग ४ : ऊर्जा आणि पर्यावरण

विभाग १

बांधकाम क्षेत्रातील आश्चर्ये

बांधकामक्षेत्राचा इतिहास हा प्राचीन काळातील इजिप्तच्या पिरॅमीडपासून आजच्या आधुनिक जगातील स्टॅच्यू ऑफ युनिटीपर्यंतचा व्यापक असणारा आहे. आजच्या काळातील गगनचुंबी इमारती, पूल, बोगदे, महाकाय धरणे अशा प्रकल्पांच्या उभारणीमध्ये ज्ञात आणि अज्ञात कल्पक अभियंते, रचनाकार, संरचनाकार, संशोधक यांचा मोलाचा वाटा असतो. या विभागात देशविदेशातील महाकाय बांधकाम प्रकल्पांची ओळख आपल्याला होणार आहे. यातून प्रेरणा घेऊन देशाचे भावी अभियंते आपले भविष्य घडवणार आहेत.

पिरॅमिड ऑफ गिजा

इ.स.पूर्व २५६०च्या काळात इजिप्त देशातील कैरो शहराजवळ जगातील सातवे आश्चर्य निर्माण झाले ते म्हणजे, पिरॅमिड ऑफ गिजा (Pyramid of Giza). इजिप्तमध्ये पिरॅमिडला 'मेर' म्हणतात. इजिप्तच्या चौथ्या घराण्यातील राजा खुफू आणि त्याची राणी यांची या ठिकाणी कबर आहे. स्थापत्यशास्त्रातील आजच्या काळातील कोणतीही आधुनिक साधने उपलब्ध नसताना अशा वास्तूची निर्मिती करणे म्हणजे एक चमत्कार म्हणता येईल.

या वास्तूची रचना, अचूक बांधणी, प्राचीनता, भव्यता आणि ऐतिहासिक कालावधी आश्चर्यकारक असल्याने हे जगातील एक आश्चर्य मानले जाते. ही वास्तू निर्माण करताना लाईमस्टोन, मॉर्टर आणि काही प्रमाणात ग्रॅनाइट या नैसर्गिक दगडांचा बांधकाम साहित्य म्हणून वापर करण्यात आला. पिरॅमिडची सुरुवातीची उंची ४८१ फूट होती. पाया ७५६ चौरस फूट आणि क्षेत्रफळ ९२ मिलियन घनफूट भरते. खालून वरपर्यंत जाणारा चढ जवळपास ५१ अंशात आहे. आज हे पिरॅमिड फक्त मनुष्यबळावर बांधलेली जगातील सर्वात उंच वास्तुरचना म्हणून गणली जाते. ही वास्तू वातावरणातील अनेक बदलांचा सामना करत जवळपास ३८०० वर्षे दिमाखात उभी आहे. त्यानंतर काही वर्षांनी वरील भागातील काही गुळगुळीत झालेले दगड काढण्यात आले, त्यामुळे उंची थोडी कमी होऊन ४५४ फूट झाली.

रचना

पिरॅमिड रचण्यासाठी साठ लाख टन वजनाचे एकूण २३ लाख ब्लॉक्स वापरण्यात आले. त्यामध्ये लाईमस्टोन,

ग्रॅनाइट यांसारखे नैसर्गिक दगड आणि ५ लाख टन मॉर्टरचा करण्यात आला. खाणीतील हे ब्लॉक्स एकाच आकाराचे नव्हते म्हणून त्यांना काही प्रमाणात आकार देऊन वापरण्यात आले. व्हाईट लाईमस्टोन १० किलोमीटर अंतरावरील तुरा येथून बोटीद्वारे नाईल नदीतून जलमार्गाने आणण्यात आले. ग्रॅनाइट दगड मात्र ९०० किलोमीटर लांब असणाऱ्या आस्वान येथून मागवण्यात आला. यातील काही दगड २५ ते ८० टन वजनाचे होते. त्या काळात खडक फोडण्यासाठी आजच्या काळात असणारे कोणतेही आधुनिक तंत्रज्ञान अथवा स्फोटके नव्हती. कारागिरांनी मोठ्या खडकापासून लहान ब्लॉक्स बनवण्यासाठी एकसंध खडकामध्ये हातोड्याने खाचा बनवल्या. पाण्यात भिजवलेल्या लाकडी पाचरीचे तुकडे त्यात खुपसले. कालांतराने खडकातील पाणी शोषून तुकडे फुगले आणि खडकांना तडे पडले. त्यानंतर त्यांची वाहतूक करण्यात आली. जमिनीवरून दगड ढकलताना लाकडी ढकलगाड्यांचा वापर करण्यात आला. वरील भागात चढवताना दोरी, कप्पी आणि मनुष्यबळाची मदत घेण्यात आली. कामगारांनी तांब्याच्या छिन्नी, लाकडी हातोडे, रोप, दगडी अवजारे वापरली. दगडी ब्लॉक्सचे वजन जवळपास २.५ टन होते.

बांधणी

बांधणी करताना प्रथमतः ब्लॉक्स जमिनीवर एकाशेजारी एक ठेवून त्यात मॉर्टर भरण्यात आला. प्रत्येक ब्लॉक्समधील सांधे १/५ इंच इतके सारखे आणि अचूक ठेवण्यात आले. त्यानंतर एकावर एक थर याच पद्धतीने रचण्यात आले. परंतु दगडांचा भार विभागण्यात आला. ब्लॉक्सच्या बाह्य बाजूचे योग्य अंतरासाठी कटिंग करण्यात आले. अंतराचे मोजमाप करण्यासाठी गोलाकार चक्राचा वापर करताना नकळतपणे भूमितीतील पाय (२२/७) याचा उपयोग झाला. त्या वेळी ग्रीक लोकांना याचे महत्त्व माहीत नव्हते. कोणत्याही कोनमापकाशिवाय पिरॅमिडचे चारही बाजू ५१ अंश, ५० मिनिटे आणि ४० सेकंद या मापात अचूकपणे साधले गेले आहेत.

आजच्या आधुनिक काळातही अत्याधुनिक साधने आणि तंत्रज्ञान वापरून अशी अचूकता साधणे तितके सोपे नाही. बाह्य भागातील दगड मात्र चुन्यातील मॉर्टरने जोडण्यात आले. मॉर्टर बनवण्यासाठी ज्वलनातील राखेचा वापर करण्यात आला. १९९५ मध्ये काही स्थापत्य तज्ज्ञांनी संशोधनासाठी मॉर्टरचे ४६ नमुने विविध जागेवरून गोळा केले. सर्वच्या सर्व नमुने वापरलेल्या दगडाशी एकजीव होणारे आढळले. यामुळेच हजारो वर्षांनंतरही पिरॅमिडवर वातावरणातील तीव्र बदलांचा कोणताही विपरीत परिणाम झाला नाही.

ग्रीक इतिहासकार हेरोडोटसने पाचव्या शतकातील त्याच्या पुस्तकात आपल्या लेखनातून या वास्तूचा उल्लेख केला आहे. अक्षरशः लाखो कामगार पिरॅमिड बांधण्यासाठी वीस वर्षे अहोरात्र झटत होते. सुरुवातीची दहा वर्षे दगड वरती नेण्यासाठी एक किलोमीटर लांबीचा रस्ता बनवण्यात आला. सर्व दगड मनुष्यबळाने वरपर्यंत चढवण्यात आले.

अंतर्भाग

आतील भागात तीन खोल्या आहेत. सर्वात खालील भागात खडक फोडून पाया आणि एक खोली, मध्य भागात राणीसाठी आणि वरती राजा कुफूची खोली आहे. खोल्यात राजा आणि राणीच्या शवपेटिका ठेवल्या असून, सर्व खोल्या एकमेकांना अरुंद रस्त्याने जोडलेल्या आहेत. आतील भागात ४७ मीटर लांबीची भुयारे आणि ८ मीटर रुंद गॅलरी आहे. गॅलरीच्या उत्तरेला वरील भागात ३० मीटर लांब पोकळी आहे. सन १८३७ मध्ये आतील भागात बोगदा खणून लाल रंगातील अजून काही चेंबर्सचा शोध लागला. काही दगडांवर कारागिरांनी आपल्या समूहाची

नावे कोरलेली आढळली. अनेक नावे अनेक ठिकाणी पुनःपुन्हा आढळली. पिरॅमिडच्या आतील भागात प्रवेश करण्यासाठी सध्या पर्यटक रॉबर्स बोगद्याचा वापर करतात. पिरॅमिडच्या आठ बाजू फक्त आकाशातूनच दिसू शकतात. इजिप्तमधील उष्ण तापमानात पिरॅमिडच्या अंतर्भागातील तापमान २० अंशांपर्यंत असते. याच आवारात स्फिंक्सचा भव्य पुतळा आहे. ही पुराणातील काल्पनिक देवता मानली जाते. तिचा चेहरा मानवाचा आणि शरीर सिंहाचे आहे. पूर्वेकडे तोंड असलेला हा पुतळा ७० मीटर लांब आणि २० मीटर उंचीचा आहे. एकट्या इजिप्त देशात राजांशी संबंधित शंभराहून अधिक पिरॅमिड आहेत. परंतु गिजा पिरॅमिडबाबत जेवढी भव्यता आहे तितकीच गूढता असल्याने खरोखरच त्याला आजच्या काळातील जागतिक आश्चर्य म्हणणेच योग्य ठरेल.

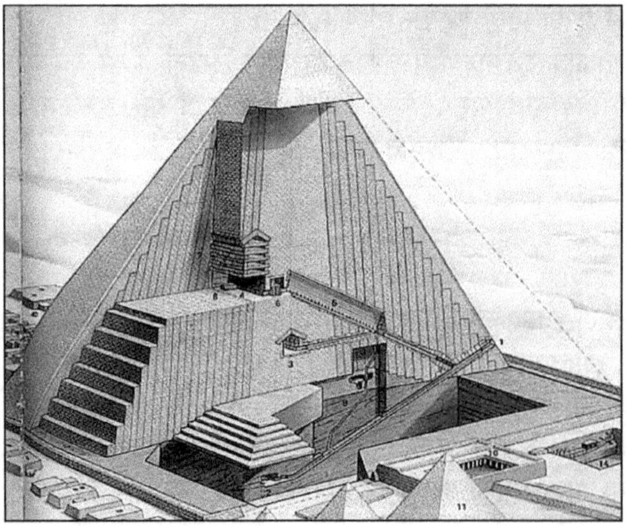

•••

ग्रेट वॉल ऑफ चायना

जगातील सात आश्चर्यपैकी एक असणारी, पृथ्वीवरील सर्वात जास्त लांबीची, चीन देशातील भिंत म्हणजे 'ग्रेट वॉल ऑफ चायना.' स्थापत्यशास्त्रात वास्तूची निर्मिती करताना पाया, भिंती, छत असे विविध भाग एकत्रित केले जातात. ही भिंत ज्या पद्धतीने आणि काळात झाली तशी निर्मिती वास्तुशास्त्रात जगात इतरत्र कोठेही आढळत नाही. या भिंतीची निर्मिती कोणा एका सम्राटाने केली नाही. अनेक लहान लहान प्रदेशांच्या राजांनी मिळून ती तयार केली आहे.

चीन देशातील अनेक नद्या, डोंगर, दऱ्या, जंगले, वाळवंट, पर्वतरांगा, पठार ओलांडणाऱ्या या भिंतीची लांबी २१,१९६ किलोमीटर आहे. पिवळ्या समुद्रापासून मध्य आशियापर्यंत तिची व्याप्ती आहे. भिंत सलग नसून अनेक छोट्या मोठ्या भिंती एकमेकांना जोडून तयार झाली आहे. ही लांबी पृथ्वीच्या विषुववृत्तीय लांबीच्या सहाव्या भागाइतकी प्रचंड आहे. उपग्रहावरून काढलेल्या छायाचित्रातून भिंत नारिंगी रंगाच्या पट्ट्याप्रमाणे दिसते. ही भिंत चीन देशाचा इतिहास आणि संस्कृतीचे प्रतीक असून, जगातील असंख्य पर्यटकांचे आकर्षण केंद्र आहे. असे म्हणतात, की चीनमध्ये जाऊन एखाद्याने ही भिंत पाहिली नाही तर त्याने तो देशच पाहिला नाही.

इतिहास आणि रचना

चीनच्या इतिहासानुसार त्या देशात अनेक राज्यकर्ते होऊन गेले. ही भिंत अंदाजे इ.स. पूर्व सातवे शतक ते सोळाव्या शतकापर्यंत बांधण्यात आली. चीनचा पहिला सम्राट किन शी हुआंग याने उत्तरेकडील मंगोलिया

प्रांतातील टोळ्यांकडून होणारे आक्रमण रोखण्यासाठी भिंत बांधण्यास सुरुवात केली. सर्वप्रथम १२११ मध्ये चंगेज खान याने ही भिंत तोडून चीनमध्ये प्रवेश मिळवला. त्यानंतर १५५०च्या सुमारास झालेल्या मंगोलियन आक्रमणाने पुन्हा अनेक जागी भिंत कोसळली. १६००च्या शतकात भिंतीचा काही भाग खचला. वाळूच्या वादळांमुळे १६६६पर्यंत ५० किलोमीटर लांबीची भिंत खराब झाली. त्यानंतर त्याच जागी वेगळ्या पद्धतीने पुन्हा बांधण्यात आली. भिंत एका सरळ रेषेत नसून जमिनीच्या चढउतारानुसार वक्राकार आहे. अशा आकारामुळे शत्रूचे आक्रमण रोखले जात असे.

भिंत बांधण्यास जवळपास २०० वर्षांचा कालावधी आणि अंदाजे ३० लाख लोकांना आपले संपूर्ण जीवन समर्पित करावे लागले. ही भिंत एका वेळी सहा घोडेस्वार आणि दहा सैनिक पायी जातील एवढ्या रुंदीची आहे. स्थापत्यशास्त्रातील मोजमापानुसार रुंदी पाच ते नऊ मीटर आणि उंची १० मीटर पर्यंत आहे. दोन्ही बाजूला बाह्य भिंती बांधून मध्यभागी दगडगोटे, माती यांचा धुमसणी करून भराव करण्यात आला. भिंतीवर ४.६ मीटर रुंदीचा रस्ता असून दोन्ही बाजूला एक मीटर उंचीचे संरक्षक कठडे बनवण्यात आले आहेत. प्रत्येक १५० मीटर अंतरावर दुमजली चौकोनी निरीक्षण मनोरे आहेत. याच मनोऱ्याच्या वरील मजल्यावर सैनिकांना राहण्याची सोय होती. त्या काळात तलवार, धनुष्यबाण, भाले अशी शस्त्रे वापरली जात. दिवसा प्रहरी घंटा, टाळ्या, ड्रम यांच्या आवाजाने ५० किलोमीटर अंतरापर्यंत सांकेतिक संदेश पाठवला जात असे. रात्रीच्या वेळी धूर, आग, दिव्यांचा प्रकाश वापरत असत.

शत्रू आक्रमणाच्या वेळी तोफांद्वारे संदेश पोहोचवले जात असत. तोफांचा एक आवाज म्हणजे अंदाजे १०० शत्रू, दोन म्हणजे ५०० आणि तीनदा म्हणजे १००० शत्रू असे संकेत असत. लांब अंतरापर्यंतचे आक्रमण दिसावे म्हणून तीन किलोमीटर अंतरापर्यंतचे वृक्ष कापण्यात आले. भिंत बांधण्यासाठी बांधकामाशी निगडित असणारे

चायना वॉलचे काम सुरू असतानाचे कल्पनचित्र.

पारंपरिक मनुष्यबळ नव्हते. सैनिकांनी कैदी, गुन्हेगार यांच्याकडून बांधकाम करून घेतले. त्यांना स्थानिक नागरिक, शेतकरी, शिक्षक, कलाकार आदींनी मदत केली. दऱ्याखोऱ्यातून आणि विपरीत तापमानात काम करताना अनेकांनी आपले प्राण गमावले. ३५ अंश उष्णतेपासून उणे २१ अंश तापमानातही भिंतीचे काम अखंडितपणे सुरू होते.

भिंतीसाठी लागणारे बांधकाम साहित्य म्हणून विटा, ग्रॅनाइट, चुना, लाकूड, मातीचा भराव यांचा वापर करण्यात आला. विटांच्या मातीमध्ये कॅल्शियम कार्बोनेट असल्याने पाण्याशी संपर्क आल्यावर सिमेंटशी साधर्म्य असणारे गुणधर्म निर्माण होऊन त्या अधिक ताकदवान बनल्या. मॉर्टर बनवताना वाळू, बारीक दगड, माती, पाणी यामध्ये तांदळाची पेज मिसळण्यात आली. तांदळाच्या पेजमध्ये स्टार्च असल्याने मॉर्टरमध्ये ताकद निर्माण झाली. आज अनेक ठिकाणी भिंतीच्या विटा खराब अवस्थेत आहेत. परंतु दोन हजार वर्षांनंतरही मॉर्टर मात्र जसेच्या तसे ताकदवान राहिले आहे. पाया बनवताना दोन बाजूच्या भिंतीमध्ये दीड मीटर ते तीन मीटर उंचीचा भराव करण्यात आला. भरावासाठी माती, वाळू, दगडगोटे, वेत, झाडांच्या डहाळ्या, गवताच्या काड्या, पाणी यांचे थर रचून त्यांची धुमसणी करण्यात आली. गवताच्या काड्यांमुळे भरावातील पाणी वाहून जायला मदत झाली.

भिंतीसाठी अंदाजे १०० कोटी विटा आणि एक टन वजनाच्या दगडांच्या लाद्या वापरण्यात आल्या. विटांच्या भट्ट्या जागोजागी उभारण्यात आल्या होत्या. विटा भाजण्याची पद्धत आजच्या काळाशी जुळणारी आढळली. त्यांचा सर्वसाधारण आकार लांबीला ३६ सेंटिमीटर, रुंदी १७ सेंटिमीटर, जाडी नऊ सेंटिमीटर आणि वजन अंदाजे ११ किलो आढळते. विटांची वाहतूक गाढवे आणि माणसांच्या पाठीवरून करण्यात आली. विटा उचलण्यासाठी मनुष्यबळ, दोर, पुली, पहाड यांचा वापर झाला. साधारणपणे ८० लोकांचा समूह सात दिवसांत एक किलोमीटर लांबीची भिंत बांधत होता. भिंतीवर अनेक ठिकाणी त्या वेळच्या बांधकाम करणाऱ्यांची नावे कोरण्यात आलेली आढळतात.

संपूर्ण मनुष्यबळाचा वापर करून बांधलेल्या या जगातील सर्वात लांब भिंतीला १९८७ मध्ये युनेस्कोने 'जागतिक वारसा' म्हणून घोषित केले आहे. दरवर्षी लक्षावधी पर्यटक या ठिकाणी भेट देत असतात.

•••

पिसाचा झुकलेला मनोरा

इटली देशातील पिसा (Leaning Tower of Pisa) येथील झुकलेला मनोरा आजच्या काळातील वास्तुरचनेचा एक आगळावेगळा चमत्कारच म्हणता येईल. स्थापत्यशास्त्रात एखादा मनोरा बांधताना तो सरळ ओळंब्यात असावा लागतो, अथवा एका बाजूला झुकून तो कधीही कोसळू शकतो. त्याचप्रमाणे इमारत म्हटले, की तिचा पाया मजबूत असायलाच पाहिजे. परंतु या दोन्ही गोष्टींची कमतरता असूनही ४ अंशात झुकलेला हा मनोरा वर्षानुवर्षे आपल्या जागेवर उभा आहे. इटली देशातील वास्तुरचनेचे हे आश्चर्य जगातील पर्यटकांचे आकर्षण केंद्र बनले आहे.

पाया

या सात मजली मनोऱ्याची जमिनीपासूनची उंची १८५ फूट आहे. वजन अंदाजे १४ हजार ७०० टन असून, सातव्या मजल्यावर पोहोचण्यासाठी असणाऱ्या गोलाकार जिन्याला २९६ पायऱ्या आहेत. मनोऱ्याचे काम ११७३ मध्ये सुरू झाले आणि पूर्ण होण्यास १३७२ साल उजाडले. संपूर्ण मनोरा तीन टप्प्यांत बांधण्यास तब्बल १९९ वर्षे लागली. बोनॅनो पिझानो या इटालियन वास्तुरचनाकाराने मनोऱ्याची रचना केली होती. त्याचा मूळ आराखडा आठ मजली आणि ५६ मीटर उंचीचा होता. नंतरच्या काळात यात बदल करण्यात आले.

पायाभरणी नऊ ऑगस्ट ११७३ रोजी होऊन लगेचच पहिल्या मजल्याचे काम सुरू झाले. पाया बनवण्यासाठी संगमरवर आणि लाल दगड यांचा वापर करण्यात आला. ११७८ मध्ये दुसऱ्या मजल्याचे काम सुरू असतानाच

पायाची जमीन कमकुवत असल्यामुळे मनोरा दक्षिणेला कलण्यास सुरुवात झाली. पायाच्या ठिकाणी वाळू, माती, शिंपले, पाणी यांचे मिश्रण आढळले. मनोऱ्याची स्थिती १४व्या शतकापासून अधिकच गंभीर बनत गेली. त्यानंतर तत्कालीन युद्धजन्य परिस्थितीमुळे पुढील अनेक वर्षे कोणतेच काम होऊ शकले नाही. परंतु या काळात कमकुवत असणारी जमीन खचण्याची प्रक्रिया संपली. २७ डिसेंबर १२३३ रोजी कामास पुन्हा सुरुवात झाली. पुढील काळात एकीकडे झुकलेल्या अवस्थेतच सर्व मजले पूर्ण झाले. बांधकामासाठी लागणारा मार्बल जवळच्या खाणीतून आणण्यात आला. सर्वात वरील सातवा मजला १३१९ रोजी पूर्ण झाला. १३७२ रोजी घंटेची खोली बांधण्यात आली. सात स्वरांच्या सात घंटा या ठिकाणी बसवल्या असून प्रत्येकीचे वजन वेगवेगळे आहे.

रचना

मनोरा गोलाकार असून गॉथिक आणि रोमन रचनेवर आधारित आहे. तळमजल्यावर एकूण १५ कमानी आहेत. त्या वरील सहा मजल्यांना प्रत्येकी ३० आणि शेवटच्या मजल्यावर १६ कमानी आहेत. तळातील बाह्य व्यास १५.४ मीटर आणि आतील ७.३ मीटर भरतो. तळातील भिंतीची जाडी चार मीटर असून, वरच्या मजल्यांची २.५ मीटर आहे. प्रत्येक मजला शुभ्र संगमरवरी गोलाकार आणि अर्धगोलाकार कॉलम आणि जाळीदार झरोक्यांनी सजवला आहे. इटलीचा सर्वेसर्वा बेनिटो मुसोलिनीने १९३४ मध्ये मनोऱ्याच्या पायात ३६१ छिद्रे पडून सिमेंट ग्राउटिंग करून बळकटीकरण

करण्याचा प्रयत्न केला, परंतु त्याने कलणे थांबले नाही. उलट फाउंडेशनला धोका निर्माण झाला. इटली प्रशासनाने १९६४ मध्ये स्थानिक नागरिकांना मनोरा वाचवण्यासाठी आर्थिक निधी देण्याचे आवाहन केले. यातून देशातील महत्त्वाच्या पर्यटनस्थळाचे संवर्धन आणि जतन होणार होते. या उपक्रमाला उत्स्फूर्त प्रतिसाद मिळाला.

गॅलिलिओने गुरुत्वाकर्षण सिद्ध करण्यासाठी अनेक प्रयोग याच मनोऱ्यावरून केले होते. त्यासाठी दोन वेगवेगळ्या वजनाचे गोळे वरून खाली सोडले. जे एकाच वेळी खाली आले. खाली पडणाऱ्या वस्तूला लागणारा वेळ त्याच्या वजनावर अवलंबून नसतो हे त्याने सिद्ध केले. १९८७ मध्ये या मनोऱ्याला जगातील पर्यटनस्थळाचा दर्जा बहाल करण्यात आला. १९९० मध्ये मनोरा पर्यटकांना पुन्हा बंद करण्यात आला. वजन कमी करण्यासाठी सर्व घंटा काढण्यात आल्या.

बळकटीकरण

१९९३ मध्ये एकूण ८७० टन वजनाचे शिशाचे ब्लॉक्स उत्तरेकडील भागात ठेवून मनोऱ्याचे बळकटीकरण करण्यात आले. यासाठी तिसऱ्या मजल्यापासून जमिनीवर ताणलेल्या केबल्सने ताण देऊन प्रतिभारासाठी ब्लॉक्सची वजने ठेवण्यात आली. २००१ मध्ये मनोऱ्याचे पुन्हा एकदा बळकटीकरण करून कलणे ३.९७ अंशांपर्यंत नियंत्रित ठेवण्यात यश मिळाले. सर्वेक्षणाची उपकरणे आणून मनोऱ्याचे झुकणे तपासण्यात आले. मनोऱ्याचे झुकणे ओळंब्याच्या बाहेर ४.५ मीटर होते ते ३.८ मीटर वर स्थिर करण्यात यश आले. डिसेंबर २००१ मध्ये मनोरा पुन्हा खुला करण्यात आला. परंतु मधल्या काळात पर्यटक बाहेरून मनोरा पाहण्याचा आनंद घेत होते. २००८ मध्ये ७० मेट्रिक टन माती खोदून नवीन मातीचे पुनर्भरण करण्यात आले. बाह्य भागात बेन्टोनाइट स्लरीचे ग्राउटिंग करून भूजल नियंत्रित करण्यात यश आले. त्यामुळे जमिनीची वजन पेलण्याची क्षमता वाढली. त्या वेळी बांधकामाच्या सल्लागारांनी मनोऱ्याची पाहणी करून तो पुढील २०० वर्षे पूर्णपणे सुरक्षित झाल्याचे सांगितले.

या प्रदेशात १२८०पासून चार वेळा तीव्र क्षमतेचे भूकंप येऊन गेले. परंतु सुदैवाने या नैसर्गिक आपत्तीतूनही मनोरा सुरक्षित राहिला हे आश्चर्यच म्हणावे लागेल. पूर्वीची मृदू माती अधिक एकजीव झाल्याने तिने पाया आणि वरील सांगाडा पकडून ठेवला. भूकंप लहरींचा पायावर कोणताही विपरीत परिणाम झाला नाही. आजही वास्तुरचनेतील असा चमत्कार पाहण्यास जगभरातून असंख्य पर्यटक येत असतात.

•••

स्टॅच्यू ऑफ लिबर्टी

अमेरिकेच्या न्यूयॉर्क बंदरावर येणाऱ्या प्रत्येकाचे स्वागत करणारा एक भव्यदिव्य पुतळा उभा आहे. तो म्हणजे स्टॅच्यू ऑफ लिबर्टी (Statute of Liberty). हातात मशाल घेतलेली ही स्वातंत्र्यदेवता साऱ्या जगाला 'अज्ञानाचा अंधकार दूर करून प्रकाशाने उजळू या,' असा संदेश देत असते. हा पुतळा म्हणजे फ्रान्स आणि अमेरिका देशातील नागरिकांनी एकमेकांना दिलेली चिरंतन काळ टिकणारी सर्वश्रेष्ठ भेट म्हणता येईल. हा पुतळा स्थापत्यकलेतील भव्यता, दिव्यता, प्रगती, नावीन्यता यांचा एकत्रित संगम म्हणता येईल.

पुतळ्याची निर्मिती करताना केलेली रचना, संरचना, वाहतूक आणि जोडणी म्हणजे स्थापत्य व्यवस्थापनाचे उत्कृष्ट उदाहरण असे म्हणणे योग्य ठरेल. एखादी वास्तुनिर्मिती नियोजित जागेवर करणे तसे सोपे असते. हा पुतळा फ्रान्स देशात बनवून ४८०० किलोमीटरचा जलप्रवास करून अमेरिकेत आणून तो उभारणे ही अत्यंत आव्हानात्मक गोष्ट होती. केवळ दोन्ही देशांतील नागरिकांच्या देशप्रेमामुळे ती साध्य झाली.

संकल्पना

पुतळा बनवण्याची संकल्पना १८६७च्या सुमारास फ्रान्स देशातील शिल्पकार आणि पुतळ्याचे वास्तुरचनाकार फ्रेडरिक ऑगस्टे बार्थोल्डी (Frederic Auguste Bartholdi) यांना सुचली. पॅरिसचा आयफेल टॉवर बनवणारे अॅलेक्झांडर आयफेल (Alexander Eiffel) संरचना करणार होते. चौथरा बनवण्यासाठी रिचर्ड हंट या फ्रेंच वास्तुरचनाकाराने जबाबदारी स्वीकारली. त्या काळात सर्वत्र ग्रीकोरोमन कलेचा प्रभाव होता. सुरुवातीला

पुतळा बनवताना पायघोळ झगा घातलेली, डोक्यावर पट्टी बांधलेली आणि उजव्या हातात आकाशात मशाल झेपावणारी शेतकरी महिला असावी अशी कल्पना वास्तुरचनाकाराच्या मनात होती. बार्थोल्डी १८७० मध्ये फ्रान्सच्या आर्मीमध्ये मेजर पदावर रुजू झाले. त्या वेळी अगोदरच्या कल्पनेत बदल घडून स्वातंत्र्याशी निगडित असणारी स्वातंत्र्यदेवता असावी यावर शिक्कामोर्तब झाले. पुतळ्याच्या उभारणीसाठी अटलांटिक समुद्रातून अमेरिकेत प्रवेश करताना न्यूयॉर्क बंदराजवळील बेडोले आयलंडची जागा त्यांना योग्य वाटली. नवीन देशात प्रवेश करण्याअगोदर हा पुतळा सर्वांचे लक्ष वेधून स्वागत करणारा असेल याचा त्यांना आनंद झाला. १८७४ हे वर्ष फ्रान्सचे तिसरे प्रजासत्ताक गणराज्य होते. त्या वर्षी पुतळ्याचे काम सुरू करून ४ जुलै १८७६ पर्यंत अमेरिकेच्या १००व्या स्वातंत्र्यदिनी पूर्ण करण्याचे उद्दिष्ट त्यांनी योजले. परंतु कमी कालावधी आणि आर्थिक निधीची उभारणी यामुळे हे उद्दिष्ट पूर्ण होणारे नव्हते. पाया आणि चौथरा यांचे काम अमेरिकेने आणि उर्वरित फ्रान्सने करावे असे निश्चित झाले. आर्थिक निधी संकलनासाठी फ्रान्को-अमेरिकन युनियनची स्थापना करण्यात आली. दोन्ही देशांच्या नागरिकांनी त्याला उत्स्फूर्त प्रतिसाद दिला.

रचना

सर्वसाधारणपणे पुतळा म्हटले, की बांधकाम साहित्य म्हणून दगडाची निवड केली जाते. बार्थोल्डी यांनी या ठिकाणी वेगळाच पर्याय निवडला. पाया प्रत्यक्ष जागेवर काँक्रीटमध्ये होणार होता. पुतळा बनवण्यासाठी तांब्याचा पत्रा आणि लोखंडी फ्रेमवर्क वापरण्याचे निश्चित झाले. पुतळ्याचे काम १८७५ मध्ये सुरू झाले. सर्वप्रथम ३६ फूट उंचीचे प्लास्टरचे मॉडेल बनवण्यात आले. त्यानुसार मुख्य कामास सुरुवात झाली.

तांब्याच्या हलक्या वजनाच्या लवचिक पत्र्याला लाकडी साच्यावर आकार देण्यात आला. लोखंडी फ्रेमवर्क, आधारासाठी उभे गर्डर, स्टील स्प्रिंग्ज, सळया, रिबेट, स्क्रूच्या साहाय्याने बाह्य भागात पुतळ्याचे तांब्यात बनवलेले विविध आकार जोडण्यात आले. जून १८८४ मध्ये पूर्ण झालेला पुतळा फ्रान्सच्या प्रदर्शनात ठेवला. त्यानंतर पूर्णपणे विलग करून त्याचे ३५० भाग २०० लाकडी

पेट्यांमध्ये भरण्यात आले. ते १५ जून १८८५ रोजी बोटीमधून बेडोले आयलंडवर जलमार्गाने पोचवण्यात आले. अमेरिकेत पुतळ्याची पुन्हा जोडणी करण्यास सहा महिन्यांच्या कालावधी लागून १८८६ मध्ये ते पूर्ण झाले.

भव्यता

या स्मारकाची पायापासूनची उंची ३०० फूट आहे. चौथरा तळात ९१ स्क्वेअर फूट, वरती ६५ स्क्वेअर फूट आणि पायापासून ८९ फूट उंच आहे. पाया बनवताना २२ हजार टन काँक्रीट एकसंध पद्धतीने करण्यात आले. बाह्यभागात तांब्याचा २.३७ मिमी जाडीचा ९० टन पत्रा आणि अंतर्भागात ११४ टन लोखंड फ्रेमवर्कसाठी वापरले गेले. स्वातंत्र्यदेवतेचे वस्त्र बनवण्यासाठी ३३४० स्क्वेअर मीटर फॅब्रिक वापरण्यात आले. स्वातंत्र्यदेवता १५० फूट उंच असून तिचे वजन २०४ टन भरते. मशाल धरलेला उजवा हात १७ फूट लांब असून आकाशात दर्शवलेले बोट आठ फुट लांबीचे आहे. डाव्या हातात अमेरिकेच्या पहिल्या स्वांतत्र्यदिनाची तारीख कोरलेले फळी आहे. वाऱ्याचा वेग ८० किलोमीटर प्रती तासांपेक्षा अधिक झाल्यास मशाल पाच इंच हलते. हे स्मारक १८७६ साली पूर्ण होणार होते, प्रत्यक्षात ते दहा वर्षानंतर १८८६ रोजी अमेरिकेच्या ११०व्या स्वातंत्र्यदिनी पूर्ण झाले. स्थापत्य क्षेत्रातील तज्ज्ञ व्यक्तींनी १९८०च्या सुमारास पुतळ्याची स्ट्रक्चरल तपासणी केली. त्यावेळी पुतळ्यावर वातावरणातील अपायकारक घटकांचा विपरीत परिणाम झाल्याचे निदर्शनास आले. रिबेटच्या सूक्ष्म छिद्राद्वारे पाणी आत शिरून फ्रेमवर्कला आधार देणारे स्टीलचे बार अनेक ठिकाणी गंजलेल्या स्थितीत आढळले. मशालीचे बेअरिंग खिळखिळे होऊन ती खाली पडण्याच्या अवस्थेत होती.

फ्रेंच अमेरिकन कमिटीने संगणकाच्या मदतीने स्ट्रक्चर बळकट करणारा नवीन नकाशा तज्ज्ञ व्यक्तींच्या मार्गदर्शनाने बनवला. जुन्या गंजलेल्या १८०० सळया काढून नवीन स्टेनलेस स्टीलच्या जोडल्या. हे काम करताना सुरक्षिततेसाठी एका वेळी फक्त १२ बार बदलता येत होते, त्यामुळे बराच कालावधी लागला. नवीन बार आणि तांब्याच्या पत्र्यामध्ये वॅक्स कोटिंग असलेला टेफ्लॉन टेप गुंडाळून सूक्ष्म छिद्रे बुजवण्यात आली. जिन्याची रेलिंग बदलून बंद काचेची नवीन लिफ्ट बसवण्यात आली. सोन्याचा मुलामा दिलेली नवीन मशाल बसवून पुढील अनेक वर्षांसाठी पुतळ्याचे यशस्वीरीत्या मजबुतीकरण करण्यात आले. अभियांत्रिकीतील आधुनिक तंत्रज्ञानाच्या मदतीने पुरातन वास्तूचे जतन आणि संवर्धन होऊ शकते हे या निमित्ताने पुन्हा एकदा सिद्ध झाले.

•••

छत्रपती शिवाजी महाराज टर्मिनस

देशाची आर्थिक राजधानी असणाऱ्या मुंबई शहराच्या वैभवात दिमाखदार भर टाकणारी प्रेरणादायी वास्तू म्हणजे व्हिक्टोरिया टर्मिनस. वास्तुनिर्मितीतील शक्ती आणि प्रगतीचे प्रतीक असणारे मध्यवर्ती फोर्टमधील आजच्या काळातील प्रवाशांनी सदैव गजबजलेले रेल्वे स्थानक. ब्रिटिशकाळातील ग्रेट इंडियन पेनिन्सुलर रेल्वे अथवा आजच्या सेंट्रल रेल्वेचे महाराष्ट्रातील मुख्यालय. मार्च १९९६ पासून या रेल्वे स्थानकाची ओळख बनली, 'छत्रपती शिवाजी महाराज टर्मिनस.'

छत्रपती शिवाजी महाराज टर्मिनस हे रेल्वे स्थानक आज मुंबईचा पूर्व-पश्चिम परिसर आणि संपूर्ण देशभरातील विविध शहरांना जोडणाऱ्या रेल्वेमार्गाचे प्रवेशद्वार बनले आहे. २००४ मध्ये युनेस्कोने या वास्तूला १९व्या शतकातील वारसा जतन करणारे जागतिक दर्जाचे रेल्वे स्थानक म्हणून दर्जा बहाल केला आहे.

आपल्या देशावर १८५८ ते १९४७ या काळात ब्रिटिश राजवट होती. सुरुवातीच्या काळात व्हिक्टोरिया राणीचे प्रशासन होते. १८व्या शतकात कलकत्ता शहर ब्रिटिश सरकारचे प्रशासकीय केंद्र होते. याच काळात मुंबई शहर त्याचा भौगोलिक रचनेमुळे देशातील व्यापाराचे नवीन केंद्र म्हणून उदयास येत होते. मुंबईचे बोरीबंदर सुवेझ कालव्यामुळे समुद्रमार्गाने इंग्लंडमधील लंडन शहराशी अगोदरच जोडले होते. देशाची आर्थिक राजधानी बनण्याची क्षमता असणाऱ्या मुंबई शहराला भावी विकासाचा केंद्रबिंदू करण्याचे ब्रिटिश सरकारने ठरवले आणि त्यांच्या याच उद्देशाने एका ऐतिहासिक रेल्वे स्टेशनची मुहूर्तमेढ रोवली गेली.

स्टेशनची जागा मुंबईच्या फोर्ट भागातील निवडण्यात आली. हा भाग मध्यवर्ती असून, शहरातील चार प्रमुख रस्ते एकमेकांना या ठिकाणी येऊन मिळतात. या स्थानाच्या पाठीमागे डॉकयार्ड, डावीकडे मुंबई

महानगरपालिका इमारत असून क्रॉफर्ड मार्केट, जनरल पोस्ट ऑफीस, व्यापारी आणि रहिवासी संकुले जवळच्या अंतरावर आहेत.

वास्तुरचना

ॲक्सेल हर्मन हेग या हुशार नकाशाकाराने स्थानकाचा पहिला आराखडा बनवला आणि स्पर्धेत त्याला त्याबद्दल सुवर्णपदक मिळाले. पुढील काळात फ्रेडरिक विल्यम स्टिव्हन्स या ब्रिटिश वास्तुरचनाकाराने त्याच्या या आराखड्याला अंतिम रूप दिले. त्या काळातील मुंबई महानगरपालिका, वेस्टर्न रेल्वे हेड क्वार्टर, पोलिस मुख्यालय, रॉयल आल्फ्रेड सेलर होम इत्यादी वास्तूंच्या रचना स्टिव्हन्स यांनीच केल्या होत्या. सन १८७८ मध्ये प्रकल्पाच्या प्रत्यक्ष कामाला सुरुवात झाली. ब्रिटिश अभियंता विल्सन बेल, सार्वजनिक बांधकाम विभागाचे सहायक अभियंता सीताराम खंडेराव आणि सुपरवायझर महादेवराव जनार्दन यांचा प्रत्यक्ष बांधकामात उल्लेखनीय सहभाग होता.

वास्तुरचनाकाराने नकाशा बनवताना १५व्या शतकातील गॉथिक पद्धतीची निवड केली. या पद्धतीत रचना करताना उभ्या रेषा, काटकोन, लंबशैली, आर्च यांचा समावेश असतो. स्टेशनच्या भूमितीय रचनेत दर्शन कॅनोपी, अष्टकोनी भव्य घुमट, आकर्षक प्रवेशद्वार, सुबक जिना, बाल्कनी, कॉलम, आर्च, प्रशस्त रूम, भव्य छत, खेळती हवा आणि उजेडासाठी घुमटाकार छप्पर, पावसाचे पाणी जाणारी कॅन्टिलिव्हर पन्हाळी, रेल्वे प्लॅटफॉर्म, भव्य शेड, ऑफिसेस, तिकीट बुकिंग हॉल, काऊंटर, स्टाफ किचन, वेटिंग हॉल, प्रशस्त कॉरिडॉर, स्वच्छतागृहे इत्यादींचा समावेश करण्यात आला. वास्तूचा दर्शनी भाग अंदाजे ३०० फूट उंच असून, वरील भागात प्रगतीचे प्रतीक असणाऱ्या स्त्रीचा १४ फूट उंच संगमरवरी पुतळा आहे. तिच्या उजव्या हातात आकाशाकडे झेपवणारी तांब्याची विजेरी मशाल तर डाव्या हातात गतिदर्शक चक्र आहे.

स्टेशनची उभारणी

३३० फूट लांब प्लॅटफॉर्मच्या लगत १२०० फूट लांबीची रेल्वेची शेड आहे. एकूण १८ प्लॅटफॉर्म आणि ४० मल्टिपल ट्रॅक आहेत. यापैकी ७ प्लॅटफॉर्म उपनगरीय असून, ११ लांब पल्ल्याच्या शहरांसाठी आहेत. रोज अंदाजे १२०० रेल्वेगाड्यांद्वारे २५ लाख प्रवासी दररोज मुंबई उपनगर आणि देशाच्या कानाकोपऱ्यात प्रवास करतात. रचना करताना वास्तुरचनाकाराने भरपूर सूर्यप्रकाश, खेळती हवा, दिशेची योग्य निवड,

सुरक्षितता यामध्ये कोणतीच कसर सोडली नाही. संपूर्ण बांधकाम लोड बेअरिंग म्हणजे वजनाचा सर्व भार भिंतीवर अशा पद्धतीचे आहे. आरसीसीचा वापर कोठेही केलेला नाही.

बांधकाम आणि अंतर्गत भागातील सजावट करताना बहुरंगी नैसर्गिक दगडांची निवड करण्यात आली. भिंती बांधण्यासाठी सँड स्टोन आणि पिवळा लाइम स्टोन वापरण्यात आले. त्याचप्रमाणे ग्रे आणि रेड इटालियन मार्बल, ग्रॅनाइट, ब्लू आणि ग्रे बेसाल्ट स्टोन, ग्लेझ आणि अनग्लेझ टाइल्स, पोरबंदर स्टोन यांनी भिंतीचा बाह्यभाग आणि फरशी सजवण्यात आली आहे. काऊंटरसाठी विविध रंगांतील लाकूड आणि ब्रास रेलिंग आणि खिडक्यांसाठी रंगीत काचेची पॅनेल्स लावली आहेत. बाह्यदर्शनी भागात सुरक्षिततेचे प्रतीक म्हणून ब्रिटिशकालीन राष्ट्रीय प्राणी सिंह आणि भारतीय वाघ यांचे पुतळे आपले स्वागत करतात. भिंतीवर स्मारकाशी निगडित असणारे ब्रिटिश संस्थापक, संचालक आणि महत्त्वाच्या व्यक्तींची भित्तिचित्रे कोरण्यात आली आहेत. पावसाचे पाणी वाहून नेणाऱ्या पन्हाळीची तोंडे मेंढ्याच्या आकारातील आहेत. त्याचप्रमाणे माकडे, मोर, कमळ, बगळा असे वन्यप्राणी आणि पक्ष्यांच्या प्रतिमांचे नक्षीकाम कोरण्यात आले आहे. भव्य घुमट स्वआधारित असून, बनवताना कोणताही आधार घेण्यात आला नाही. अभियांत्रिकीच्या बांधकाम पद्धतीमधील हे आव्हान ब्रिटिश अभियंता विल्सन बेल आणि त्यांच्या टीमने यशस्वीरीत्या पूर्ण केले.

संपूर्ण स्टेशनचे काम पूर्ण होण्यास १८८७ साल उजाडले. या वास्तूला १० वर्षांचा दीर्घ कालावधी आणि त्या काळातील २१ हजार अमेरिकन डॉलर खर्च आला. हे स्टेशन दुर्दैवाने २६ नोव्हेंबर २००८ रोजी झालेल्या मुंबईतील दहशतवादी हल्ल्याचे साक्षीदार बनले. १६ एप्रिल २०१३ रोजी प्रवाशांच्या सुविधेसाठी भव्य वातानुकूलित प्रतीक्षालयाची निर्मिती झाली. देशाच्या विविध राज्यांत जाणाऱ्या राजधानी, दुरांतो, गरीब रथ, तेजस अशा जलदगती एक्स्प्रेसचे प्रस्थान आणि आगमन याच स्टेशनवरून होत आहे. प्रवासी म्हणून आपण अनेकदा या रेल्वे स्थानकावर घाईघाईने येऊन गेलो असू. परंतु आयुष्यात एकदा तरी निवांत वेळ काढून ही वास्तू डोळे भरून पाहण्याचा आनंद मिळवला पाहिजे.

•••

हूव्हर डॅम
स्थापत्य तंत्रज्ञानाचा आविष्कार

स्थापत्य क्षेत्रातील आजची प्रगती थक्क करणारी आहे. बांधकामासाठी नवनवीन बांधकाम साहित्य, अत्याधुनिक यंत्रसामग्री, आधुनिक तंत्रज्ञान, रचना आणि संरचना करण्यासाठी लेटेस्ट संगणक प्रणाली, उच्च दर्जाचे काँक्रीट अभियंत्यांना आज उपलब्ध आहे. परंतु ज्या काळात हूव्हर डॅम (Hoover Dam) बांधला गेला त्या वेळी यातील अनेक गोष्टी उपलब्ध नव्हत्या. तरीसुद्धा जगातील एका महाकाय धरण प्रकल्पाची निर्मिती झाली, त्यामुळे स्थापत्य क्षेत्रातील अशी वास्तू निश्चितच सर्वांना प्रेरणादायी असणारी आहे.

अमेरिकेतील नेवाडा आणि ॲरिझोना राज्यातून कोलोराडो (Colorado) नदीचा अखंडित प्रवाह वाहत असतो. ही दोन्ही राज्ये पुरासारख्या नैसर्गिक आपत्तींना सामना करत होती. पूरनियंत्रण करण्यास कायमस्वरूपी उपाययोजना म्हणून या प्रदेशात मोठे धरण बांधण्याचे अमेरिकन प्रशासनाने योजले. प्रकल्पाचा आराखडा बनवताना तो बहुद्देशीय होईल असे उद्दिष्ट ठेवण्यात आले. मुख्य धरणाबरोबर कालवे, सिंचन, जलविद्युत निर्मिती, पर्यटन, मासेमारी, वन्यजीवन यांचा समावेश करण्यात आला. हा प्रकल्प पूर्ण झाल्यानंतर ही दोन्ही राज्ये भविष्यात कायमस्वरूपी दुष्काळमुक्त आणि पुरापासून सुरक्षित होणार होती. त्याचप्रमाणे अमेरिकेतील ॲरिझोना, नेवाडा, कॅलिफोर्निया, कोलोराडो, न्यू मेक्सिको, उथ आणि व्योमिंग या सात राज्यांतील दोन कोटी लोकांना पिण्याचे पाणी उपलब्ध होणार होते. १५ लाख एकर कृषिक्षेत्र ओलिताखाली येणार होते.

प्रकल्पाचे नियोजन

धरणाचे काम नियोजित वेळेत आणि खर्चात पूर्ण करण्यासाठी अमेरिकेतील सहा अग्रगण्य बांधकाम कंपन्यांनी पुढाकार घेतला. या सर्व कंपन्यांनी प्रकल्प वेळेआधीच दोन वर्षे आणि नियोजित खर्चात पूर्ण केला. अमेरिकेचे ३१वे राष्ट्राध्यक्ष हर्बट हूव्हर (Herbert Hoover) यांचे नाव धरणाला देण्याचे शिक्कामोर्तब झाले. १९२२च्या सुमारास प्रकल्पाची मुहूर्तमेढ रोवली. प्रकल्पाला आर्थिक निधी कधीही कमी पडणार नाही याची जबाबदारी अमेरिकी प्रशासनाने घेतली. गॉर्डन कॉफमन आणि ॲलन यांनी धरणाची वास्तुरचना आणि संरचना केली. त्या काळात संरचना करण्यासाठी आजच्यासारखी संगणकप्रणाली आणि सॉफ्टवेअर उपलब्ध नव्हती. अभियंत्यांना स्लाइड रूल आणि लॉग टेबल यांच्या साहाय्याने मोजमाप घेऊन रचना आणि संरचना करावी लागत असे.

धरणाची व्याप्ती

हूव्हर हा आर्च ग्रॅव्हिटी (कमानी जड धरण) पद्धतीचा डॅम असून त्याची उंची ७२६ फूट आहे. वरील भागात धरणाची लांबी १२४४ फूट भरते. तळातील जाडी ६६० फूट आणि वरील भागात ४५ फूट आहे. एकूण वजन ६६ लाख टन असून, कमीतकमी दोन वर्षे पुरेल इतका पाणीसाठा धरणात शिल्लक असतो. धरणाचे जलक्षेत्र ९ कोटी २० लाख गॅलन असून, त्याची व्याप्ती १८५ किलोमीटरपर्यंत पसरली आहे.

पाण्याची खोली अंदाजे ५९० फूट भरते. येथील पॉवर प्लांटमध्ये १७ टर्बाइन्स असून, वर्षाकाठी ४०० कोटी किलोवॉट निर्मिती होत असते. ॲरिझोना, नेवाडा, कॅलिफोर्निया या राज्यांतील १३ लाख लोकांना वीजनिर्मितीचा फायदा होत असतो.

आव्हानात्मक काम

प्रकल्पाच्या प्रत्यक्ष कामास ३० सप्टेंबर १९३० रोजी सुरुवात झाली. प्रकल्पाची जागा निर्जनस्थळी असल्याने मशिनरी, बांधकामाचे साहित्य आणि मनुष्यबळ पोचवण्यासाठी सर्वप्रथम रस्ता आणि पायाभूत सुविधा निर्माण कराव्या लागल्या. या प्रकल्पावर अंदाजे १९ हजार ५०० कामगार आणि अधिकारीवर्ग कार्यरत होते. काम करताना दुर्दैवाने अनेकांना आपले मौल्यवान प्राण गमवावे लागले.

सर्वप्रथम धरणाच्या ठिकाणी दोन्ही बाजूला असलेल्या डोंगरावरील ३०० ते ४०० फूट उंचीवरील पोकळ दगड आणि कठीण खडक ब्लास्टिंग करून फोडावे लागले. या आव्हानात्मक कामाला कामगारवर्ग म्हणून सर्कशीत काम करणारे, डोंबारी, खलाशी आणि स्थानिक मनुष्यबळाचा उपयोग झाला. मुख्य भिंत बांधण्यासाठी नदीचे पाणी दुसरीकडे वळवणे आवश्यक होते. त्यासाठी नेवाडा आणि ॲरिझोना बाजूला ५६ फूट व्यासाचे प्रत्येकी दोन बोगदे बनवण्यात आले. एकाच वेळी ३० ड्रील पाडणारे ट्रक माउंटेड जम्बो ड्रील मशिन यासाठी वापरण्यात आले. बोगद्याचे काम दोन्ही बाजूने सुरू होते. १९३२ रोजी बोगद्याला तीन फूट जाडीचे काँक्रीट लायनिंग करण्यात आले. बोगद्याची एकूण लांबी ४.९ किलोमीटर आणि अंतर्गत व्यास ५० फूट होता. बोगदे पूर्ण झाल्यावर कॉफर डॅम बांधून पुराच्या पाण्यापासून त्यांना तात्पुरते बंद करावे लागले. विद्युतनिर्मितीच्या वेळी त्यांचा पुन्हा वापर करण्यात आला.

काँक्रीटचे महत्त्व

मुख्य भिंतीचा पाया बनवण्यासाठी जागेवर अंदाजे तीन लाख ८३ हजार घनमीटर माती आणि गाळ काढावा लागला. त्यानंतर ४० फूट खोलीवर पायासाठी योग्य असणारा कठीण खडक लागला. पाया बनवताना २५ ते ६० स्क्वेअर फूट क्षेत्रफळ असणारे अनेक समलंबी आरसीसी कॉलम बनवण्यात आले. प्रत्येक वेळी पाच फूट उंच कॉलमचे काँक्रिट केले जात असे. कॉलममध्ये थंड पाणी वाहून नेणारी पाईपलाइनची रचना होती.

कोणतेही काँक्रीट केल्यावर त्यामधून उष्णतेचे उत्सर्जन होत असते. पाईपलाइनमधील थंड पाण्याने काँक्रीटचे अंतर्गत तापमान नियंत्रित झाले. जर ही पद्धत वापरली नसती तर काँक्रीट थंड होण्यास कित्येक वर्षे लागून उष्णतेने तडे पडण्याची शक्यता होती. काँक्रीट थंड झाल्यावर बाहेरून पाईप कापून आतील भागात सिमेंट ग्राउटिंग करण्यात आले. पायासाठी अंदाजे २५ लाख आणि इतर ठिकाणी आठ लाख घनमीटर काँक्रीट करण्यात आले. त्या काळात काँक्रीटसाठी आजच्यासारख्या आधुनिक सुविधा उपलब्ध नव्हत्या. बॅचिंग प्लांट, बकेट, ट्रक, ट्रॉली, इलेक्ट्रिक ट्रेन, क्रेन, केबल्स यांच्या साहाय्याने काँक्रीट करावे लागले. अशा प्रकारे, सहा जून १९३३ रोजी सुरू केलेल्या पहिल्या काँक्रीटचा शेवट १९३५ मध्ये झाला. प्रकल्पासाठी ४३ हजार ६०० मेट्रिक टन स्टील आणि ४९ मिलियन अमेरिकन डॉलर खर्च आला. वास्तुरचनेचा हा आविष्कार सर्वांनाच प्रेरणादायी ठरणारा आहे.

•••

निसर्गाशी जवळीक साधणारे मिलर हाऊस

वास्तूंच्या विविध रचना निर्माण करण्यासाठी आपणास मदत होते, वास्तुरचनाकाराची. तसेच अंतर्गत सजावटीसाठी तितक्याच ताकदीचा इंटिरियर डिझायनर मिळाला तर दोघांच्या परीसस्पर्शाने एखाद्या वास्तूचे अक्षरशः सोने घडते. अशीच एक सोनेरी वास्तू म्हणजे अमेरिकेतील कोलंबस शहरातील मिलर हाऊस (Miller House). एखाद्या घराचे आयुष्यमान दुर्दैवाने काही वर्षांतच संपते. परंतु मिलर हाऊससारखे घर पन्नास वर्षांनंतरही ताज्या फुलासारखे टवटवीत राहिले आहे.

घराच्या चार भिंतींमधूनही बाहेरील निसर्गाशी जवळीक साधण्याचा अनुभव आणि आनंद या वास्तूमध्ये आलेल्या प्रत्येकाला जाणवतो. पुरातन वास्तूंचे जतन आणि संवर्धन केल्याने पर्यटन विकासाला मदत होते, हे या ठिकाणी सिद्ध झाले आहे.

वास्तूची निर्मिती

ही वास्तू सन १९५३ ते १९५७ या काळात बांधली गेली, परंतु आजच्या काळातील तंत्रज्ञान त्या काळातही वापरल्याचे येथे जाणवते. मिलर कुटुंबीयांचे सन २००० पर्यंत या वास्तूत वास्तव्य होते. त्यानंतर मिलर हाऊस अमेरिकेतील 'आर्ट ऑफ नॅशनल म्युझियम' म्हणून घोषित करण्यात आले. कोलंबस शहरात आलेला जवळपास प्रत्येक पर्यटक मिलर हाऊसला आवर्जून भेट देत असतो.

जोसेफ आयर्विन मिलर हे विसाव्या शतकातील अमेरिकेतील प्रख्यात उद्योगपती. १९५३ मध्ये तेरा एकर जमीन घेऊन मनपसंत घर बांधण्याचे त्यांनी ठरविले. घर बांधण्यासाठी अमेरिकेत आजही जागेची कमतरता

भासत नाही. कित्येक एकराचे मोकळे प्लॉट या देशात उपलब्ध असतात. येथील अनेक घरे म्हणजे भव्य प्रासाद म्हणता येतील. मिलर हाऊसचे क्षेत्रफळ अंदाजे सात हजार स्क्वेअर फूट भरते. या घरात कुटुंबातील सात व्यक्ती, येणारे पाहुणे आणि नोकर-चाकर राहणार होते. जागेची आणि पैशाची कमतरता नसल्यामुळे वास्तुरचनाकार एरो सारिनेन (Eero Saarinen) यांना घराची रचना आणि संरचना करताना आपले कलागुण सिद्ध करण्याची मोठी संधी होती. सर्वप्रथम त्यांनी मिलर कुटुंबीयांच्या आवडीनिवडी समजून घेतल्या. त्यानंतर घराबाबत असणाऱ्या त्यांच्या गरजा निश्चित करून रचना करण्याचे ठरवले. घरातील प्रत्येकाला एकत्रित राहूनही स्वातंत्र्य आणि एकांत कसा मिळेल, याला प्राधान्य दिले.

संरचनेत गोलाकार सोळा स्टील कॉलमच्या आधारावर सरळ स्लॅब होती. लिव्हिंग रूममध्ये चहूबाजूने अंतर्भागात स्काय लाइट येण्याची रचना केली. त्यामुळे घरातच छाया आणि प्रकाश यांचा सुखद लपंडाव दिवसा पाहायला मिळतो. बांधकाम साहित्य निवडताना नैसर्गिक दगड, काच आणि काँक्रीट यांचा अधिक वापर केला. नैसर्गिक दगडांमध्ये मार्बल, ग्रॅनाइट, स्लेट यांचा समावेश होता.

अंतर्गत सजावट

अंतर्गत सजावट अलेक्झांडर गिर्राड (Alexander Girard) यांनी केली. सजावट करताना त्यांनी आपले कौशल्य पणाला लावले. सर्व खोल्यांमधील गालिचे, फर्निचर, पडदे, शोकेस, दिवे यातून वैविध्यपूर्ण रचना तयार करून उत्कृष्ट अंतर्गत वातावरणनिर्मिती साधली. रंगांची उधळण केली, परंतु त्यामध्ये कोठेही भडकपणा आणला नाही. उलट घरात वावरताना प्रत्येकाला आल्हाददायक वातावरण जाणवते.

लिव्हिंग रूममधील एका बाजूच्या पन्नास फूट भिंतीचा वापर स्टोरेज वॉल म्हणून त्यांनी केला. त्यामध्ये मिलर दाम्पत्याने जगाच्या कानाकोपऱ्यातून जमवलेल्या कलात्मक वस्तू, मूर्ती, घड्याळे, पुस्तके इ. अनेकांची

केलेली सजावट थक्क करते. लिव्हिंग रूममधील खोलगट बैठकीची जागा लक्षवेधी ठरते. त्या ठिकाणी असलेल्या छोटेखानी बैठकीवरून एका बाजूची भव्य स्टोरेज वॉल, तर दुसरीकडे काचेच्या दरवाजाबाहेरील विस्तीर्ण बागेचे दृश्य नजरेस पडते. निसर्गाचे बदलते रंग घरातून पाहायला मिळतात.

घरातूनच निसर्गाशी जवळीक साधण्याची किमया वास्तुरचनाकाराने येथे साधली आहे. सर्वसाधारणपणे लिव्हिंग रूममधील फायर प्लेस काचेतून आगीच्या ज्वाळा दिसणारी असते. येथील फायर प्लेसचा आकार लंबवर्तुळाकार धातूचा असून, त्याचा बाह्यरंग अंतर्गत सजावटीशी जवळीक साधणारा आहे. किचन आणि डायनिंग लगत असून, संगमरवरी गोलाकार टेबल आणि खुर्च्या आकर्षक दिसतात. खुर्चीच्या कुशन्ससाठी कुटुंबातील व्यक्तींच्या आद्याक्षरांचा उपयोग केला आहे. घरात लाँड्री, वातानुकूलित आणि अग्नी प्रतिबंधक यंत्रणा, जनरेटर इत्यादी साठी जागा राखीव आहे. मिलर हाऊसच्या बाहेरील भागात विस्तीर्ण गार्डन आणि छोटासा स्वीमिंग पूल आहे. बागेची रचना वैशिष्ट्यपूर्ण पद्धतीची असून, त्यामध्ये फूलझाडे कमीतकमी आहेत. मिलर हाऊसची कंपाऊंड वॉल घनदाट हनीलोकस्ट झाडांनी बंदिस्त आहे. या झाडांच्या तळाशी पिवळ्या रंगाच्या दगडांचा चुरा भरल्याने ऋतू बदलावेळी अशा झाडांची पाने विविध रंगांत खुलून दिसतात. हिरव्या रंगाच्या विविध छटा या बागेत पाहायला मिळतात. बागेचा एक भाग थेट फ्लॅट रॉक रिव्हरला जाऊन मिळतो. आपल्या घरात विविध वस्तूंचा संग्रह आपण करत असतोच, परंतु घराचे राष्ट्रीय संग्रहालय बनणारे एखादेच असते 'मिलर हाऊस.'

•••

भाक्रा-नांगल

देशातील काँक्रिटचे महाकाय धरण

महत्त्वाकांक्षी प्रकल्प म्हटला, की कित्येक वर्षे योजना बनवण्यातच जातात. देशातील सर्वात मोठ्या काँक्रीटच्या धरणाबाबत नेमके असेच घडले. तो ब्रिटिश राजवटीचा काळ होता. १९०८मध्ये हिमाचल प्रदेशातील सतलज नदीवर धरण बांधण्याची योजना तत्कालीन ब्रिटिश सरकारच्या मनात आली. प्रकल्प सुरू करण्यास अनेक ब्रिटिश अधिकाऱ्यांनी वर्षानुवर्षे प्रयत्न केले. तब्बल ११ वर्षांनंतर १९१९ मध्ये नियोजित जागेची पाहणी करून सखोल रिपोर्ट तयार झाला.

नियोजित जागा पंजाब आणि हिमाचल प्रदेशाच्या सीमेवर असून, हा प्रदेश भूकंपप्रवण क्षेत्रात येतो. १९२४च्या सुमारास जागेवरील जमिनीची भूगर्भ चाचणी परीक्षा घेण्यात आली. रुरकी विद्यापीठाचे स्थापत्य अभियंता डॉ. खोसला यांची १९३७ मध्ये प्रकल्पाचा अभ्यास करण्यासाठी नेमणूक केली. त्या वेळी त्यांनी सार्वजनिक बांधकाम विभागात अधीक्षक अभियंता म्हणून पदभार स्वीकारला होता. डॉ. खोसला यांनी प्रकल्पाची जमीन, पाया, भूकंप प्रवणता, भूस्खलन इत्यादी गोष्टींचा सखोल अभ्यास करून प्रशासनाला आपला रिपोर्ट सादर केला. त्यामध्ये धरणाव्यतिरिक्त कालवा, पॉवर हाऊस यांचा समावेश होता.

प्रत्यक्ष प्रकल्पाची सुरुवात होण्यास स्वातंत्र्यप्राप्तीनंतरचे १९५० साल उजडले. या प्रकल्पावर त्या काळात कोणी ब्रिटिश अधिकारी नव्हते. शासनाने प्रकल्पासाठी धरण बांधणीचा प्रदीर्घ अनुभव असणाऱ्या हार्वे स्लोकम या प्रख्यात अमेरिकन तज्ज्ञ व्यक्तीला भारतात बोलावले. हार्वे स्लोकम यांच्याकडे अभियांत्रिकीची कोणतीही

पदवी नव्हती, परंतु अमेरिकेत अनेक धरणे बांधण्याचा दांडगा अनुभव पाठीशी होता. डॉ. खोसला यांनी हार्वे स्लोकम यांना प्रकल्पाचे काम करताना पूर्ण स्वातंत्र्य दिले.

प्रकल्पाची जागा

धरणाची जागा निर्जनस्थळी होती. त्या ठिकाणी पायाभूत सुविधांचा संपूर्ण अभाव होता. या जागी कामगार आणि अभियंते शेवटपर्यंत टिकून राहतील याची कोणतीच शक्यता नव्हती. डॉ. खोसला आणि हार्वे यांनी सर्वप्रथम ६० किलोमीटरचा रस्ता बनवून ५० बेडचे हॉस्पिटल उभारले. आवश्यक सर्व पायाभूत सुविधा निर्माण केल्या. धरणाच्या जागी असणारे तुटकेफुटके खडक, माती पूर्णपणे काढून काँक्रीटने पाया मजबूत केला. सुरुवातीच्या काळात प्रकल्पावर २००० कामगार, २०० अभियंते अहोरात्र काम करत होते. शिस्तबद्धता, युनिफॉर्म, सांघिक प्रयत्न, खेळीमेळीचे वातावरण या सर्वांमुळे उत्साह सळसळत होता, त्यामुळे प्रकल्पाची घोडदौड जोमात सुरू होती.

धरणाच्या कामाबरोबरच डायव्हर्जन टनेलचे काम सुरू झाले. अडीच किलोमीटर लांब आणि ५० फूट व्यासाचा बोगदा बनवण्यात आला. आजच्या काळात याचा विचार केला तर कोणालाही ही अशक्य बाब वाटेल. परंतु सांघिक प्रयत्नाने कोणतीही गोष्ट अशक्य नाही हेच या ठिकाणी सिद्ध झाले. कालव्याचे काम १९५४ साली आणि बोगद्याचे काम १९५५ मध्ये पूर्ण झाले.

धरणाचे काम

भाक्रा धरण काँक्रीट ग्रॅव्हिटी पद्धतीने बांधण्यात आले. धरणाची तळातील लांबी ३२५ फूट आणि सर्वात वरती

१७०० फूट आहे. पायापासूनची उंची ७४० फूट भरते. धरणासाठी ५.२२ मिलियन घनमीटर खोदकाम, ४.१३ मिलियन घनमीटर काँक्रीट, ८ लाख १३ हजार टन सिमेंट, ९० लाख टन खडी, १ लाख टन स्टील वापरण्यात आले. धरणावर ३० फूट रुंद रस्ता असून अंतर्भागात ५ किलोमीटर लांबीची देखभाल, ड्रेनेज आणि गेट्स नियंत्रणासाठी गॅलरी आहे. प्रकल्प पूर्ण करण्यासाठी १३ हजार कामगार, ३०० अभियंते आणि देशविदेशातील ३० तज्ज्ञ लोकांचे योगदान घडले. २२ ऑक्टोबर १९६३ रोजी ५२ कोटी रुपये खर्च आलेल्या धरणाचे उद्घाटन तत्कालीन प्रधानमंत्री पंडित नेहरू यांनी केले.

पॉवर हाऊस बांधण्यासाठी ८०० मीटर लांब आणि ५० फूट व्यासाची दोन टनेल बनवण्यात आली. याकरिता ९८ कोटी रुपये खर्च आला. याच प्रकल्पाचा दुसरा टप्पा म्हणजे नांगल धरण. हे धरण भाक्रा धरणापासून १३ किलोमीटर प्रवाहाच्या खालील बाजूस आहे. त्याची लांबी १००० फूट आणि उंची ९५ फूट आहे. ६१ किलोमीटर लांब कालव्याच्या पाण्यावर दोन छोटी पॉवर हाऊस असून, प्रत्येकी ७७ मेगावॉट ऊर्जानिर्मिती होते. या प्रकल्पाला एकूण १३ कोटी खर्च आला. आज भाक्रा धरण 'गोविंदसागर जलाशय' नावाने ओळखले जाते. जलाशयाची लांबी ९६ किलोमीटर आणि क्षमता ९.३४ बिलियन घनमीटर आहे. या धरणामुळे १० दशलक्ष एकर जमीन ओलिताखाली आली आहे. धरणाच्या जलविद्युत प्रकल्पावरून दिल्ली, चंदीगड, उत्तर प्रदेशाला वीजपुरवठा होत आहे. स्थापत्यशास्त्रातील असा प्रकल्प भावी अभियंत्यांना नक्कीच प्रेरणादायी असणारा आहे.

•••

जागतिक विक्रमी- मरीना सिटी

अमेरिकेतील शिकागो शहरात १९६०च्या दशकात एक मिनी टाऊनशिप फक्त ३ एकर जमिनीवर निर्माण झाली, हे आजच्या काळात कोणाला सांगूनही खरे वाटणार नाही. परंतु हे सत्य म्हणजेच मरीना सिटी (Marina City) आणि त्याचा किमयागार होता, अमेरिकन वास्तुरचनाकार बर्टरँड गोल्डबर्ग. मरीना सिटीची वेगळी ओळख आहे. विंडी सिटी किंवा सिटी विदीन सिटी. प्रत्येक माणसाच्या आयुष्यात असणारे काम, घर आणि विरंगुळा या तीन गोष्टींचा एकत्रित संगम आपल्या वास्तुरचनेत गोल्डबर्ग यांनी केला आहे.

सन १९५९मध्ये शिकागो नदीकिनारी अंदाजे ९०० स्थानिक नागरिकांसाठी दोन उत्तुंग टॉवर बांधण्याची योजना त्यांनी आखली. तीन एकर जागेत ६५ मजले आणि ५८७ फूट उंची असणारे दोन गोलाकार टॉवर उभारायचे होते. इमारतीची रचना गोलाकार असेल तर उंचीवरील वाऱ्याचा दाब अंदाजे ३० टक्के कमी होतो. या गृहप्रकल्पासाठी ३६ मिलियन अमेरिकन डॉलर खर्च अपेक्षित होता. प्रत्येक टॉवरचे वजन १० मिलियन पौंड म्हणजे अंदाजे ४५०० टन वजन भरत होते.

टॉवरची रचना आणि संरचना करण्यासाठी २५० हून अधिक टीम मेंबर्सनी अक्षरशः शेकडो रचना बनवल्या. त्यात वास्तुरचनाकार, अभियंते, सल्लागार, विकसनकार, सप्लायर्स यांच्याशी संबंधित व्यक्तींचा सहभाग होता. अंतिम रचना म्हणजे एक गोलाकार फुलाची पाकळी होती. या रचनेत मध्यभागी सेंट्रल कोअर, त्याभोवती फिरणारे १६ बीम कॉलम आणि बाह्य भागात गोलाकार बाल्कनी आहे.

प्रकल्पाची सुरुवात

बांधकाम प्रकल्पाचा मुहूर्त २२ नोव्हेंबर १९६० रोजी झाला. भूगर्भातील नमुन्यात प्रथमतः माती, दगडगोटे आणि ११० फूट खोलवर सुस्थितीतील लाइम स्टोन आढळला. शेजारीच नदी असल्याने खोदकाम करताना पाण्याची पातळी वरपर्यंत होती. पाया बनवण्यासाठी तीन अजस्त्र पाईल ड्रिलिंग मशीन आणण्यात आली. प्रत्येक टॉवरसाठी दीड मीटर व्यासाच्या ४० पाईल्स तीन वर्तुळांमध्ये समाविष्ट करण्यात आल्या. पाण्यामुळे अनेकदा २४ तास पाइल ड्रिलिंग आणि ट्रिमी काँक्रीट करावे लागत होते. पाईल्सच्या काँक्रीटची गुणवत्ता तपासण्यासाठी त्या वेळी अल्ट्रासॉनिक टेस्ट घेण्यात आल्या. पाइलच्या वरील भागात लोखंडी बेस प्लेट वेल्डिंग करून राफ्ट फाउंडेशन करण्यात आले. त्यानंतर जमिनीवरील कॉलम, बीम स्लॅब या कामाची सुरुवात झाली. प्रत्येक स्लॅबचे क्षेत्रफळ अंदाजे १२ हजार स्क्वेअर फूट भरत होते. फॉर्मवर्कसाठी हलक्या वजनाचे फायबर ग्लास मटिरियल वापरण्यात आले. मध्यभागी असणाऱ्या आरसीसी शाफ्टचे तीन मजले पूर्ण झाल्यानंतर पहिल्या स्लॅबची सुरुवात झाली. पुढे शाफ्ट आणि त्यानंतर मजल्यांची स्लॅब या क्रमाने आरसीसी पूर्ण झाले. आश्चर्य म्हणजे आजच्या काळातील जगातील सर्वांत उंच बुर्ज खलिफा टॉवरसाठी हाच क्रम होता.

आरसीसीचे काम

प्रत्येक मजल्याचे आरसीसी काम पाच दिवसांत पूर्ण होत असे. स्लॅबसाठी प्रथम फॉर्मवर्क त्यानंतर स्टील, इलेक्ट्रिकल, प्लंबिंग, शिट मेटल आणि काँक्रीट असा क्रम होता. काँक्रीटसाठी ग्रेड ५०चा वापर त्या वेळी केल्याने पृष्ठभागाचे फॉर्म फिनिश आजही लक्षवेधी आणि अबाधित आहे. बांधकामात टॉवर क्रेन, स्कॅफोल्डिंग, लिफ्ट, सरकते पट्टे (escalator), व्हायब्रेटर, मिक्सर, फ्लोटर इत्यादी मशिनरींचा वापर करण्यात आला. फायबर ग्लास फॉर्मवर्कचा ६७ वेळा पुनर्वापर करण्यात आला. आजचे ॲल्युमिनियम फॉर्मवर्क लोकप्रिय होण्याचे प्रमुख कारण म्हणजे त्याचाही असाच पुनर्वापर करता येतो. फॉर्मवर्क आणि काँक्रीट दर्जेदार असल्याने बाह्य

भागात कोठेही प्लास्टर करावे लागले नाही. चार वर्षांच्या कालावधीत, सन १९६४ मध्ये दोन्ही टॉवर पूर्ण झाले. काँक्रीटचा वापर केलेली त्या काळातील जगातील सर्वात उंच रहिवासी इमारत म्हणून मरीना सिटीची गणना झाली. उंच इमारतीसाठी टॉवर क्रेनचा वापर जगात पहिल्यांदा होण्याची ही सुरुवात होती.

टॉवरची रचना

मरीना सिटीत दोन्ही टॉवर मिळून ९०० अपार्टमेंटचा समावेश आहे. तळमजल्यावर ७०० बोटींसाठी मरीना, पहिल्या मजल्यावर दुकाने, रेस्टॉरंट अँड बार, टीव्ही स्टुडिओ, स्केटिंग रिंक, प्लाझा गार्डन, ॲम्पी थिएटर, स्वीमिंग पूल, ऑडिटोरियम, कॉन्सर्ट हॉल, शिकागो बँक, ऑफिस अशा गोष्टींसाठी जागा ठेवण्यात आली आहेत. दुसऱ्या मजल्यापासून एकोणिसाव्या मजल्यापर्यंत चक्राकार रॅम्पद्वारे चारचाकी गाड्यांसाठी ८९६ पार्किंग आहेत. त्याला वॅले पार्किंगची सुविधा आहे. विसाव्या मजला फक्त लाँड्रीसाठी राखीव आहे. २१ ते ६० मजल्यापर्यंत रहिवासी अपार्टमेंट आहेत. ऐकसस्टाव्या मजल्यावरील टेरेस आणि प्रत्येक अपार्टमेंटच्या बाल्कनीतून दिसणारे शिकागो शहराचे विहंगम दृश्य वेगवेगळे असते. लॉबीमधून प्रत्येक अपार्टमेंटला स्वतंत्र प्रवेश दिला आहे. अपार्टमेंटमध्ये गॅस वापरला जात नाही. इमारतीला सेंट्रल यंत्रणा न ठेवण्याचा निर्णय विकसनकाराने (developer) घेतला होता, त्यामुळे प्रत्येक अपार्टमेंटमध्ये गरम पाणी, हीटर, वातानुकूलित, विद्युतीकरण सुविधा स्वतंत्रपणे पुरवल्या जातात. संपूर्णतः विजेवर चालणारी जगातील पहिली इमारत म्हणून मरीना सिटी गणली गेली. इमारतीतील शक्तिशाली लिफ्टने ६५व्या मजल्यापर्यंत फक्त ३५ सेकंदांत जाता येते.

पर्यटनस्थळ

अमेरिकेतील न्यूयॉर्क आणि लॉस एंजेलिसनंतर तृतीय स्थानावरील महत्त्वाचे शहर म्हणून शिकागो गणले जाते. या शहरातील उंच इमारती आणि त्यांची वास्तुरचना आलेल्या सर्व पर्यटकांचे विशेष आकर्षण असते. पर्यटकांसाठी तेथे बोटीतून आर्किटेक्चर टूर आयोजित केली जाते. त्या वेळी सिअर्स, ट्रॅम्प, वॉटर, फाईन आर्ट, मरीना, प्रुडेंशियल प्लाझा, नॉर्थ मिशिगन, जॉन हॅन कॉक, फ्रँकलिन इ. अनेक प्रसिद्ध टॉवर्सचे एकत्रित दर्शन घडते. त्या वेळी काचेच्या गगनचुंबी इमारतींच्या गराड्यातील छाया आणि प्रकाश यांचा लपंडाव खेळणारी काँक्रीटची मरीना सिटी सर्वांचे लक्ष वेधते. या शहराची व्यापार, उद्योग, आर्थिक, दळणवळण, माहिती आणि तंत्रज्ञान, शिक्षण, दूरसंचार, पर्यटन, पायाभूत सुविधा इत्यादी अनेक क्षेत्रांतील आजची प्रगती थक्क करणारी आहे. याव्यतिरिक्त संस्कृती, कला, नाट्य, सिनेमा, संगीत अशा गोष्टींचा पारंपरिक वारसा शहराला लाभला आहे. सन २०१४ च्या सर्वेक्षणानुसार शिकागोमध्ये अंदाजे ३० लाख रहिवासी, एक कोटी व्यावसायिक असून तीन कोटी पर्यटकांनी भेट दिली आणि मरीना सिटीने आपली गोल्डन ज्युबिली पूर्ण केली.

•••

सी एन टॉवर

कॅनडा देशातील टोरांटो शहरातील दूरदर्शन यंत्रणेत १९६०च्या सुमारास बिघाड निर्माण झाला. सिग्नलच्या गोंधळामुळे नागरिकांना आपल्या घरातील टीव्हीवर एकाच वेळी अनेक चॅनेल दिसायला लागले. शहरातील अनेक गगनचुंबी इमारती असल्यामुळे सिग्नलला वारंवार अडथळा निर्माण होत होता. यावर उपाययोजनेसाठी शहरात दूरचित्रवाणीचा सर्वात उंच मनोरा उभारणे हाच एकमेव पर्याय होता. त्यामुळे कॅनडाच्या राष्ट्रीय रेल्वे कंपनीने दूरदर्शन आणि दूरसंचार विस्तारासाठी आवश्यक असणारा उंच मनोरा बांधण्याचे १९६८ मध्ये योजले.

१९७३ मध्ये टोरांटो शहरातील डाऊनटाउन भागात टॉवर बांधणाऱ्या प्रकल्पाची प्रत्यक्ष सुरुवात झाली. डाऊनटाऊनमधील अनेक उंच इमारतींमध्ये सर्वात उंच असणाऱ्या १८१५ फूट ५ इंच उंचीच्या मनोऱ्याच्या कामास सुरुवात झाली. प्रकल्पाचे बांधकाम करण्याची जबाबदारी कॅनडीयन सिमेंट कंपनीने स्वीकारली.

रचना आणि संरचना

पायाचा आकार सुरुवातीला तीन स्वतंत्र गोलाकार कॉलम एकत्रित होणारा त्रिकोण होता. त्यामध्ये बदल होऊन इंग्रजी 'वाय' अक्षराचा आकार निश्चित करण्यात आला. जमिनीपासून आकाशाकडे जाताना टॉवरचा आकार निमुळता होत जातो. मध्यभागी काँक्रीटचा षटकोनी आकारातील पोकळ डक्ट असून त्यामध्ये जिना, विद्युत आणि प्लंबिंगच्या वाहिन्या समाविष्ट केल्या आहेत. यालाच बाह्य भागात तीन उपविभाग जोडून इंग्रजी 'वाय' आकार बनला आहे. षटकोनाच्या एकाआड एक बाजूला दोन याप्रमाणे एकूण सहा लिफ्ट असून तीन संपूर्णपणे

काचेच्या आहेत. टॉवरची वास्तुरचना जॉन ॲन्ड्रीयूज (John Andrews) इंटरनॅशनल आणि संरचना एनसीके इंजिनअरिंग कंपनीने केली. उंच इमारतींची संरचना करण्याची पद्धत वेगळी असते. ती करताना प्रत्यक्ष जागेवरील इमारतीचे वजन, उंचावरील वाऱ्याचा वेग, भूगर्भचाचणी, भूकंपप्रवणता, वादळे, विजा, पाऊस, उन्हाची तीव्रता यांचा सखोल अभ्यास करावा लागतो. भूगर्भचाचणीसाठी जमिनीखाली ३० फूट व्यासाची १०० फूट खोलवर जाणारी चार बोअरहोल्स घेण्यात आली. सर्व नमुन्यांची प्रयोगशाळेत चाचणी परीक्षा घेण्यात आली. त्याच्या आधारे संरचनेचा आराखडा बनवण्यात आला. बांधकामाचे वेळी १४६५ फूट उंचीपर्यंत स्लिप फॉर्म तंत्रज्ञानाचा वापर करण्यात आला. या वैशिष्ट्यपूर्ण टॉवरमध्ये धातूमध्ये बनवलेला सर्वात उंच जिना, ११४० फूट उंचावरील फिरते रेस्टॉरंट, १४४० फूट उंचीपर्यंत जाणारी लिफ्ट, १४६५ फूट उंचीवर असणारी व्ह्यू गॅलरी पर्यटकांना पाहायला मिळते.

आव्हानात्मक पाया

पाया खोदण्यास १२ फेब्रुवारी १९७३ रोजी सुरुवात झाली. पायासाठी १५ मीटर खोलवर खोदाई करून ६२ हजार टन माती आणि मृदू खडक काढण्यात आला. त्या खड्ड्यात ७ हजार घनमीटर काँक्रीटचा २२ फूट जाडीचा राफ्ट बनवण्यात आला. त्यामध्ये ४५० टन स्टील, ३६ टन स्टील केबल्स वापरण्यात आली. तिची लांबी १२८ किलोमीटर भरते. काँक्रीटमधील तडे नियंत्रित करण्यासाठी टेन्शन केबल्स वापरून पोस्ट टेन्शनिंग करण्यात आले. पोस्ट टेन्शनिंग पद्धतीचा वापर केला असता, बांधकामाचे मटेरियल कमी लागते आणि पायावर येणारे इमारतीचे वजन कमी होते. टॉवरचे एकूण वजन १ लक्ष ३० हजार टन असून फ्लोअर एरिया ७० हजार स्क्वेअर फूट आहे. चार महिन्यांतच जमिनीखालचे पाया बनवण्याचे आव्हानात्मक काम पूर्ण झाले.

कॉंक्रीटचे महत्त्व

मनोऱ्याच्या मुख्य पिलरच्या कामासाठी हायड्रॉलिक स्लिप फॉर्म शटरिंगचा वापर करण्यात आला. प्रत्येक दिवशी २० फूट उंचीचे कॉंक्रीट करून अत्यंत वेगाने टॉवर वरपर्यंत पोचला. या वेळी टॉवरचा ओळंबा अचूक ठेवणे आव्हानात्मक काम असते. त्यासाठी ११४ किलो वजनाचा ओळंबा कायमस्वरूपी लावण्यात आला. पृथ्वीच्या भ्रमणामुळे टॉवरचे फॉर्मवर्क स्वतःभोवती सूक्ष्म प्रमाणात फिरत असते. त्यासाठी दर दोन तासांनी ऑप्टिकल प्लंब उपकरणाच्या साहाय्याने फॉर्मवर्कच्या स्थितीची तपासणी अभियंते करत होते. फॉर्मवर्कमध्ये ओतलेले कॉंक्रीट एका दिवसात कठीण होत असल्याने, त्याच दिवशी स्टील रोपच्या मदतीने ताण देऊन फॉर्मवर्कला पूर्वस्थितीत आणावे लागत असे.

प्रकल्प अभियंत्यांनी जमिनीपासून १४६५ उंचीपर्यंत जाणारा आरसीसी टॉवर फक्त २९ मिमी फरकाने यशस्वीरीत्या पूर्ण केला. एकूण ४० हजार ५०० घनमीटर कॉंक्रीट प्रत्यक्ष कामावरच बनवण्यात आले. ५००० टन स्टील आणि १२८ किलोमीटर लांबीच्या स्टील केबल्स वापरण्यात आल्या. प्रकल्पावर अंदाजे १५०० कामगार, ५०० अभियंते आणि सुपरवायझर आठवड्याचे ५ दिवस २४ तास अहोरात्र कार्यरत होते. एकूण खर्च ६३ मिलियन अमेरिकन डॉलर आला. २ एप्रिल १९७५ रोजी टॉवरचे आरसीसी काम पूर्ण झाले. उर्वरित कामे त्यानंतरच्या काळात होऊन २६ जून १९७६ रोजी टॉवरचे शानदार उद्घाटन झाले.

अँटेनाचे काम

अँटेना बसवण्यासाठी रशियन बनावटीचे ओल्गा हेलिकॉप्टर वापरण्यात आले. हेलिकॉप्टरच्या सहाय्याने २५ दिवसांत ५५ फेऱ्या करून अँन्टिनाचे ४४ भाग जमिनीवरून सुरक्षितपणे वरपर्यंत पोचवण्यात आले. ४० हजार बोल्ट वापरून जागेवर अँन्टिना जोडण्यात आली. १९९४ मध्ये ३४२ मीटर उंचीवरील काचेची गॅलरी जोडण्यात आली. टॉवरमध्ये ५५० कर्मचारीवर्ग असणारे टीव्ही आणि एफएम रेडिओ केंद्र आहे. ११०० फूट उंचीवर ४१६ ग्राहक क्षमतेचे फिरते रेस्टॉरंट आहे. काचेच्या लिफ्टमधून एका मिनिटात या उंचीवर पोचता येते. हे रेस्टॉरंट ९० मिनिटात स्वतःभोवती एक प्रदक्षिणा पूर्ण करताना पर्यटकांना संपूर्ण टोरांटो शहराचे विहंगम दृश्य घडवते. १९९५ मध्ये 'अमेरिकन सोसायटी ऑफ इंजिनिअर्स'ने या टॉवरला आधुनिक जगातील सात आश्चर्यपैकी एक म्हणून किताब बहाल केला आहे. वर्षाकाठी अंदाजे १७ लाख पर्यटक या ठिकाणी भेट देत असतात.

•••

बगदाद
एकेकाळची स्मार्ट सिटी

इराकची राजधानी बगदाद. एकेकाळचे वैभवशाली शहर. आठव्या शतकात तैग्रिस नदीच्या किनारी हे शहर वसले. प्राचीन मेसोपोटेमिया संस्कृतीचा उदय इराकमध्ये झाला. जगातील सात आश्चर्यांपैकी एक बॅबिलॉन शहर आणि हँगिंग गार्डन बगदादच्या अगदी जवळ आहे. हे शहर ७६२मध्ये वेगाने प्रगती करून त्या काळातील महत्त्वाचे सांस्कृतिक, व्यापारी, कलाकौशल्य, ज्ञानविज्ञान आणि विचारवंतांचे केंद्र ठरले होते.

राजधानी बगदादचा हा सुवर्णकाळ म्हणता येईल. रंगीत कापड, रेशीम, नक्षीदार विटा, हिरे, कातडी वस्तू, तंबाखू, सिमेंट, खनिज तेल अशा सर्वांचे उत्पादन बगदादमध्ये होत होते. खजूर, धान्य, गालिचे यांची मोठी बाजारपेठ इथे होती. १३व्या शतकात बारा लाख लोकसंख्या असणारे बगदाद त्या काळात जगातील सर्वात मोठे शहर मानले जात असे. दर्यावर्दी सिंदाबाद व्यापारासाठी बगदाद आणि बसरा शहरात वारंवार येत असल्याचे उल्लेख इतिहासात आढळतात. भारत, इराण आणि पश्चिमी देश यांच्या दळणवळणाच्या मार्गावर बगदाद असल्याने पूर्वीपासूनच या शहराला विशेष महत्त्व होते. सुएझ कालवा बनल्यानंतर हे कमी झाले. १०९५मध्ये शहराभोवती नवीन तटबंदी उभारण्यात आली. चंगेझ खानचा नातू हुलागू खान याने १२५८ मध्ये बगदादवर आक्रमण करून मोठी नासधूस केली. मंगोल साम्राज्यात शहराचा अधिक विध्वंस झाला. वारंवार येणाऱ्या प्लेगच्या साथीने आणि साम्राज्य बदलाने शहराचे वैभव लयास गेले. शहरातील ऐतिहासिक वास्तू, तटबंदी, युद्धात उद्ध्वस्त झाल्या. ब्रिटिशांनी १७५५ मध्ये हे शहर जिंकून इथे व्यापारी केंद्र उघडले. १९३८ मध्ये इराक

स्वतंत्र देश झाला आणि बगदाद शहराने अरब जगाचे सांस्कृतिक केंद्र असा नावलौकिक पुन्हा मिळवला. सद्दाम हुसेन इराकचे राष्ट्राध्यक्ष बनल्यानंतर इराकचा आणि राजधानी बगदादचा खऱ्या अर्थाने कायापालट झाला. साऱ्या जगाला खनिज तेलाची निर्यात करणारा इराक त्या काळातील प्रमुख देश होता. तेल निर्यातीने देशात अमाप पैसा निर्माण होत होता.

प्रकल्पाची सुरुवात

इराक आणि इराण यांच्यात १९८० पासून १९८७पर्यंत जवळजवळ सात वर्षे युद्ध सुरू होते. युद्धकाळातही अनेक पायाभूत सुविधांबाबतचे प्रकल्प आणि बांधकामे देशातील विविध भागांत आणि राजधानी बगदाद इथे सुरू होती. त्यामध्ये भारतीय कंपन्यांचा मोठा सहभाग होता.

अशाच एका बांधकाम प्रकल्पावर १९८४ मध्ये स्थापत्य अभियंतापदावर काम करण्याची संधी मला मिळाली. भारतातील मेकर्स डेव्हलपमेंट सर्व्हिसेस कंपनीतर्फे बगदाद शहरात एका भव्य गृह प्रकल्पाची उभारणी सुरू होती. बगदाद शहर आणि तेथील चारशे एकर जमिनीवरील टाऊनशिप मला अचंबित करणारी होती. त्या काळी आपल्या देशात टाऊनशिपची सुरुवात व्हायची होती. या टाऊनशिपमध्ये दोन हजार सदनिका, शाळा, रुग्णालय, पोलिस ठाणे, पोहण्याचा तलाव, क्लब हाऊस, मशीद, शॉपिंग मॉल, अंतर्गत रस्ते, उद्यान, पाणी शुद्धीकरण आणि मलनिस्सारण यंत्रणा, वीजपुरवठा केंद्र यांचा समावेश होता. आमचा प्रकल्प एक नियोजनाबद्ध टाऊनशिप होती. गृहप्रकल्पावर अनेक भारतीय अभियंते, मजूर, परदेशी वास्तुविशारद, सल्लागार एकत्रितपणे काम करत होते. आजच्या काळातील प्रीकास्ट काँक्रीट तंत्रज्ञान त्या वेळी तिथे वापरले जात होते. रेडी मिक्स काँक्रीट, रेडी फर्निचर, अत्याधुनिक यंत्रप्रणाली यांचा बांधकामात मोठ्या प्रमाणात वापर होत असे. बांधकामातील गुणवता आणि सुरक्षितता यांना विशेष प्राधान्य दिले जात असे. परदेशातून मागवले जाणारे बांधकाम साहित्य, मजुरांचे प्रश्न, दर्जा प्राप्त करण्यातील अडचणी, युद्धसदृश परिस्थिती अशा अनेक कारणांनी प्रकल्पाचा नियोजित कालावधी जवळजवळ तीन वर्षे लांबला गेला.

प्रकल्प लांबण्याचे आणखी एक वेगळे कारण तिथे घडले. या प्रकल्पात एक ते तेरा अंकापासून विविध विभाग पाडले होते. परंतु प्रत्येक नवीन कामाची सुरुवात उलट बाजूने तेराव्या विभागापासून होत असे. दुर्दैवाने त्यात अनेक अडचणी, वेळ आणि पैसा खर्च होत होता. पुढे नवीन कामाची सुरुवात बाराव्या विभागापासून करण्यात आली आणि कामात आमूलाग्र बदल घडला. सर्वप्रथम असणारा तेरावा विभाग सर्वात शेवटी पूर्ण झाला. आपल्या देशात त्या वेळी पेट्रोलचा भाव अंदाजे पाच रुपये लीटर होता. बगदाद शहरात तेव्हा तो भाव पन्नास पैसे प्रति लीटर होता. आम्ही कंपनीच्या गाडीत

बादलीतून पेट्रोल भरत असू. त्या वेळी सांडणाऱ्या पेट्रोलची किंमत आम्हाला कळत नव्हती; परंतु आज त्याच पेट्रोलच्या थेंबाचे मूल्य प्रकर्षाने जाणवते.

त्या काळातील शिस्तबद्धता

बगदाद शहरात दुचाकी वाहने दुर्मिळ, परंतु चारचाकी वाहने मोठ्या प्रमाणात होती. वाहतुकीचे नियम अत्यंत कडक होते. युद्ध चालू असल्यामुळे कोठेही उघडपणे फोटो काढण्यास मनाई होती, त्यामुळे गाडीतूनच शक्य तेवढे फोटो काढता आले. इराकी नागरिकांच्या मनात परदेशातून आलेल्या आमच्यासारख्या लोकांबद्दल आपुलकीची भावना होती. तेथील दूरदर्शनवर सद्दाम हुसेन यांचे भाषण, देशभक्तिपर गीते, शरणागती पत्करलेला इराणी सैनिक यांच्या मुलाखती नेहमी होत असत. महिला नागरिकांमध्ये बुरखाधारी आणि आधुनिक वेशातील असे दोन्ही प्रकार होते. शहरातील सहापदरी रस्ते, दिशा आणि वेगदर्शक फलक, भव्य आयलंड, पुतळे, मशीद, शॉपिंग मॉल, नाईट क्लब होते. देशात युद्धजन्य परिस्थिती असूनही बगदाद शहराचे रात्रीचे वैभव डोळे दिपवणारे होते. रस्त्यांची नियमित स्वच्छता त्या काळात होत असे. सद्दाम हुसेन सुरक्षिततेसाठी भुयारी मार्गाचा वापर करतात अशी चर्चा असे.

बगदादमधील १९८४ मध्ये अस्तित्वात असलेला भुयारी मार्ग व स्वातंत्र्याचे स्मारक 'ताहीर स्वेअर.'

शहरातील दुकाने, ऑफिस, सार्वजनिक आणि खासगी जागी सद्दाम हुसेन यांचे फोटो लावलेले असत. लोक त्यांना जणूच देवच मानत होते. याच सद्दाम हुसेन यांनी पुढे देशाची मोठी संपत्ती इराण आणि अमेरिका यांच्याशी झालेल्या युद्धासाठी खर्च केली. आम्ही तिथे असताना बगदादवर तेहरानवरून अनेकदा क्षेपणास्त्रांचा जोरदार मारा होत असे. त्यामुळे उद्ध्वस्त झालेल्या इमारती प्रत्यक्षात आम्ही पाहिल्या. १९९८च्या शेवटी काही महिने भारत-इराक विमानसेवा बंद होती. अचानक परिस्थिती गंभीर बनली. कालांतराने वातावरण सुरळीत आणि सुरक्षित झाले. आपल्या देशात आपण किती सुरक्षित असतो, याची जाणीव त्या वेळी झाली. सद्दाम हुसेन यांना ३० डिसेंबर २००६ रोजी झालेली फाशीची शिक्षा साऱ्या जगाला धक्का देणारी मोठी घटना होती. अमेरिकेच्या आघाडीने २००३ला इराकवर कब्जा करून २०११पर्यंत तो कायम ठेवला. भारतीय अभियंत्यांनी बगदाद शहरात एकेकाळी उभारलेले वास्तू प्रकल्प आणि पायभूत सुविधा यामध्ये बेचिराख झाल्या. आमची टाऊनशिप यामधून सुदैवाने संपूर्णपणे शाबूत राहिल्याचे समजले. एकेकाळचे वैभवशाली बगदाद आज मात्र अतिरेकी आणि हिंसक कारवायांच्या विळख्यात सापडले आहे. देशाच्या एखाद्या राजधानीची अशी दुरवस्था जगात इतरत्र कोठेही झाली नसेल.

•••

युरो टनेल

सर्वाधिक लांबीचा रेल्वे बोगदा

ब्रिटन आणि फ्रान्स या शेजारील देशांनी १९व्या शतकात दळणवळणाच्या माध्यमातून आपापसातील मैत्रीचा हात घट्ट करण्याचे ठरवले आणि अभियांत्रिकीतील अद्ययावत तंत्रज्ञानाच्या साहाय्याने दोन्ही देश अटलांटिक समुद्राखाली रेल्वे बोगद्याच्या रूपाने एकमेकांना जोडले गेले. हे घडले स्थापत्यशास्त्रातील चमत्कार असलेल्या चॅनेल टनेल अथवा युरो टनेल (EuroTunnel) प्रकल्पामुळे. या रेल्वे प्रकल्पाची एकूण लांबी होती ५० किलोमीटर. त्यापैकी ३९ किलोमीटरचा रेल्वे मार्ग समुद्रतळापासून ४५ मीटर खोलीवरील बोगद्यातून जाणारा होता. हाच बोगदा आज समुद्राखालून जाणारा जगातील सर्वाधिक लांबीचा म्हणून गणला जात आहे.

प्रकल्पाची सुरुवात

एका फ्रेंच इंजिनिअरने १७५१ मध्ये या बोगद्याची कल्पना मांडली होती; परंतु ती प्रत्यक्षात लगेच पूर्ण झाली नाही. तेव्हापासून तेथील जमीन, समुद्रतळ यांच्या भूस्तराचे नमुने आणि जागेचे सर्वेक्षण सातत्याने तज्ज्ञ व्यक्तींमार्फत सुरू होते. विविध निष्कर्ष अभ्यासून १९व्या शतकात बोगद्याचा अंतिम मार्ग निश्चित करण्यात आला. सर्वात वरचा भूस्तर वाळू, गोटे, दगड यांचे मिश्रण होते. त्यामधून बोगद्यासाठी ड्रिलिंग करणे अवघड होते. मधला भूस्तर सच्छिद्र आणि त्याखालील थरांमध्ये मातीचे प्रमाण अंदाजे ४० टक्के आढळले. हा खडक जरी कठीण नसला तरी त्यातून पाणी झिरपत नव्हते, त्यामुळे याच भूस्तरातून बोगदा करण्याचे ठरवण्यात आले. दोन्ही देशांनी

बोगदा करण्यासाठी अद्ययावत टनेल बोरिंग मशीन म्हणजेच टीबीएम यंत्रप्रणाली वापरण्याचे ठरवले. सन १९८८ मध्ये अद्ययावत २०० मीटर लांबीच्या ११ हजार टन वजनाची एकूण ११ टीबीएम आणि १५ हजार मनुष्यबळ आणि अभियंते यांच्या मदतीने या प्रकल्पाची सुरुवात झाली. त्यानंतर ताशी अंदाजे १५ फूट अंतर आणि २४०० टन खडक फोडणाऱ्या टीबीएमचे मार्गक्रमण चालू झाले.

बोगद्याचे तंत्र

रस्ते बनवताना समोरील सेंटर लाइन पाहून काम पुढे सरकते. बोगदा करताना त्याची सुरुवात तपासून पुढे जावे लागते. टीबीएममध्ये यासाठी लेझर गायडन्स सिस्टिम बसवलेली असते. त्याचा लेझर पॉइंट बोगद्याच्या सुरुवातीकडे सतत लक्ष ठेवून संगणकाच्या पडद्यावर पुढील मार्ग ड्रायव्हरला दाखवत असतो. जमिनीवरील बोगद्याचा मार्ग समजा चुकला तर तो डावीकडे अथवा उजवीकडे वळू शकतो. भुयारी बोगदा याव्यतिरिक्त खाली अथवा वरती सरकू शकतो. समुद्राच्या तळाशी दोन्ही बाजूने येणारे बोगदे अचूकतेने जोडणे दोन्ही देशांच्या अभियंत्यांसाठी आव्हान होते. बोगद्यातील तीव्र वळण रेल्वेसाठी धोकादायक ठरणारे असते. बोगद्यातील विषारी वायू बाहेर काढून सतत शुद्ध खेळती हवा ठेवण्यासाठी सक्षम व्हेंटिलेशन यंत्रणा बसवण्यात आली होती. खडक फोडणे, त्यांना सिमेंट ग्राउटिंग करणे, काँक्रीट लायनर्स अँकर फास्टनरने बसवणे या क्रमाने बोगद्याचे काम बोगदे पूर्ण होत होते.

आव्हानात्मक काम

ब्रिटन बाजूच्या बोगद्यात मार्च १९८८ मध्ये वरील खडकातून अचानकपणे पाण्याचा प्रवाह चालू झाला. सुरुवातीचा लहान प्रवाह प्रति मिनिटाला ३०० लीटरपर्यंत वाढत जाऊन शेवटी टीबीएम समोर मोठा खडक कोसळला. बोगद्यात आलेले पाणी खडकातून झिरपणारे आहे की थेट समुद्राचे हे तपासणे गरजेचे होते. दुर्दैवाने ते समुद्राचे खारट पाणी निघाले. या वेळी बोगदा आणि टीबीएम यांच्या वरील भागात ३६ हजार बिलियन टन समुद्री पाण्याचा दाब होता. खडकातील भेगा सुरुवातीच्या भूस्तर चाचणीत आढळल्या नव्हत्या.

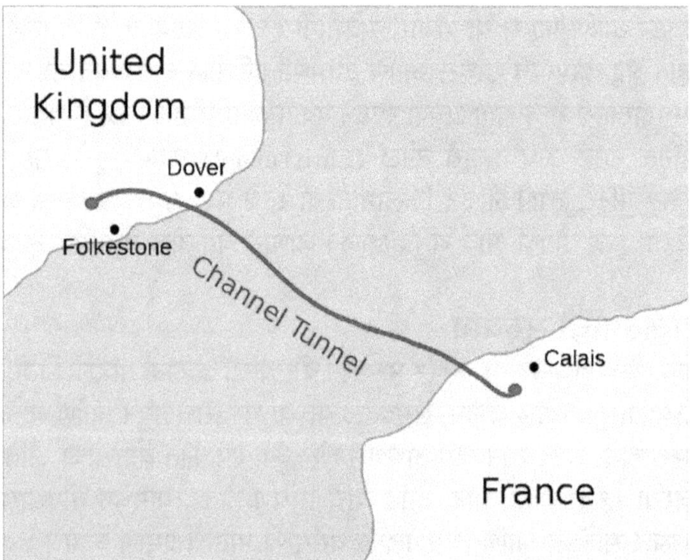

सर्वप्रथम कोसळलेला खडक जागेवरून दूर करावा लागला. खडकाच्या वरील भागात काँक्रीट ग्राउटिंग करून कास्ट आयर्नचे लायनर आणि त्यावरून काँक्रीट लायनर बसवून खडक मजबूत केला. पाण्यामुळे बंद पडलेली संगणक यंत्रणा दुरुस्त करून पुढील काम चालू झाले. फ्रान्सच्या बाजूनेही पाण्याचा असाच

शिरकाव होता; परंतु तेथील खडक त्यामानाने सुस्थितीत होता. ब्रिटनने ऑस्ट्रेलियन टनेलिंग आणि फ्रान्सने अर्थ प्रेशर सिस्टिमचा वापर केला. १९९१च्या मे महिन्यात तब्बल तीन वर्षांचा अखंडित कालावधी आणि अथक परिश्रमानंतर दोन देशांचे समोरासमोर येणारे बोगदे फक्त ३५ सेंटिमीटर फरकाने एकमेकांना जोडले गेले आणि जगाच्या इतिहासात सुवर्णाक्षरांनी त्याची नोंद झाली. प्रकल्पात एकूण ८ मिलियन घनमीटर खडक फोडण्यात आला. ७ लक्ष ५० हजार काँक्रीट लायनर्स बसवण्यात आले. ब्रिटनने आपली टीबीएम जमिनीत गाडून त्याचा अर्थिंगसाठी वापर केला. फ्रान्सने टीबीएमचे भाग विलग करून बाहेर आणले. बोगद्याच्या तळात काँक्रीट, प्रीकास्ट स्लिपर्स, वेल्डेड रेल आणि बाजूला फूटपाथ अशी रचना आहे. रेल्वेचे दोन्ही बोगदे दोन ठिकाणी एकमेकांना क्रॉसिंगने जोडले आहेत. प्रत्येक ३७५ मीटर अंतरावर खेळत्या हवेसाठी क्रॉस पॅसेज आहेत. बोगद्याचे काम पूर्ण झाल्यावर दोन्ही बाजूंचे रेल्वे टर्मिनल, रेल्वे ट्रॅक, कूलिंग सिस्टिम, पॅसेंजर आणि कार बोगी, पाइपलाइन, ओव्हर हेड इलेक्ट्रिक केबल यांची कामे पूर्ण झाली.

तत्कालीन इंग्लंडची राणी एलिझाबेथ (द्वितीय) आणि फ्रान्सचे राष्ट्राध्यक्ष फ्रँकोईस मिटररँड यांनी ६ मे १९९४ रोजी प्रकल्पाचे लोकार्पण केले. असंख्य अडचणी उद्भवल्यामुळे प्रकल्पाला ठरलेल्या मुदतीपेक्षा एक वर्षाचा अधिक कालावधी आणि २१ बिलियन अमेरिकन डॉलर खर्च आला. या प्रवासाला पूर्वी समुद्रातील फेरीबोटीने १ तास ४५ मिनटे लागत होती. रेल्वेमुळे हेच अंतर ३५ मिनिटांत पूर्ण करणे शक्य झाले. आज या रेल्वेसाठी आपत्कालीन, अग्निप्रतिबंधक, ॲम्ब्युलन्स, पोलिस इत्यादी यंत्रणा चोवीस तास उपलब्ध आहेत.

•••

बहाई टेम्पल
वास्तुरचनेचा आविष्कार

जगातील सर्वात जास्त मंदिरे असणारा देश म्हणजेच आपला भारत. ही सर्व मंदिरे वास्तुरचना आणि स्थापत्यशास्त्रातील विविधतेचे आविष्कार म्हणता येतील. देशाची राजधानी दिल्लीत कुतुब मिनार, लाल किल्ला इत्यादी अनेक ऐतिहासिक वास्तू पर्यटकांचे आकर्षण आहेत. परंतु १९९६ मध्ये आजच्या काळातील एक वास्तू सर्वांचे आकर्षण केंद्र बनली, ती म्हणजे बहाई टेम्पल अथवा लोटस टेम्पल.

बहाई या वैश्विक पंथाची स्थापना १८६३ मध्ये बहाउल्लाह यांनी इराकची राजधानी बगदाद येथे केली, परंतु त्यांचा जन्म इराण देशात झाला होता. सर्व मानवजातीने आपापले पूर्वग्रह दूर करून विश्वाच्या शांती आणि एकतेसाठी एकत्र यावे असा संदेश साऱ्या जगाला हा पंथ देतो. बहाई मंदिरात कोणाचीही मूर्ती नाही अथवा पूजाअर्चा होत नाही. मंदिरात सर्वांनी एकत्र येऊन प्रार्थना, ध्यानधारणा करून शांत मनाने एकमेकांशी हृदयाने जोडले जावे हाच प्रमुख उद्देश असतो. ही वास्तू विश्वास, साधेपणा, सुंदरता, ऐक्य, स्वच्छता, पारदर्शकता, ताजेपणा, शक्ती, प्रेम, आदर, यांचे प्रतीक म्हणता येईल. बहाई पंथाची अनेक मंदिरे अमेरिका, ऑस्ट्रेलिया, जर्मनी, पनामा इत्यादी देशांत आहेत. शिकागो शहरातील मंदिर बांधण्यास तब्बल ४० वर्षे लागली आणि १९५२ मध्ये ते पूर्ण झाले. दिल्लीतील मंदिर सात वर्षांतच साकार झाले.

मंदिराचा आकार लोटस म्हणजे उमलत्या कमळासारखा आहे. कमळ हे शांती, पवित्रता आणि ईश्वराचे प्रतीक समजले जाते. कमळ जरी चिखलातून उमलत असले तरी त्याचा ताजेपणा आणि टवटवीतपणा सर्वांचे लक्ष

वेधतो. कमळाच्या सुंदर आकाराचा वापर अनेक हिंदू, बौद्ध, जैन मंदिर बांधणीत केला आहे. पर्शियन कार्पेटच्या नक्षीकामात अनेक कमळे आढळतात. १४व्या शतकातील इराणमधील इस्लामिक वास्तुरचनेतील प्लास्टरमध्ये कमळांचे कोरीव काम आढळते.

वास्तूची रचना

बहाई टेम्पलचे वास्तुरचनाकार फरिबर्ज सहबा हे इराणी असणे हा योगायोग म्हणता येईल. १९८० मध्ये या वास्तुनिर्मितीचे काम सुरू झाले. संरचना इंग्लंडच्या फ्लिंट अँड नील कंपनीने केली. बांधकामाचे कंत्राटदार होते, भारतातील लार्सन अँड टूर्बो कंपनीचा ईसीसी ग्रुप. मंदिरासाठी दिल्लीतील कालकाजी टेकडीवरील २६ एकर जमिनीची निवड करण्यात आली. दिसायला अत्यंत आकर्षक अशा या वास्तूची प्रत्यक्ष निर्मिती करणे आव्हानात्मक काम होते.

संरचना भूकंपप्रतिकारक आणि भारतीय मानकांनुसार करण्यात आली. टेम्पलची प्रतिकृती बनवून त्याची विंड टनेल टेस्ट घेण्यात आली. पाकळ्यांच्या विविध प्रतिकृती बनवून त्यांची शक्यता तपासली. हे सर्व यशस्वी झाल्यानंतर प्रत्यक्ष कामाची सुरुवात झाली. वास्तुरचनेत बेसमेंट, पोडियम, लहान तलाव, ब्रीज, आतील आणि बाहेरील पाकळ्या, घुमट, काचेच्या खिडक्या, जिना, रिसेप्शन सेंटर, व्यवस्थापन कक्ष, स्वच्छतागृहे, लायब्ररी, प्रार्थना हॉल, वॉक वे, बालूस्टर रेलिंग इत्यादी समाविष्ट आहे. टेम्पलची जागा टेकडीवर असल्याने पायाचे खोदकाम करतेवेळी क्वार्टझाईट खडक आढळला. मनुष्यबळाच्या साहाय्याने दोन लाख घनफूट खडक फोडून त्यावर काँक्रीट फूटिंग करण्यात आले. बांधकामाच्या वेळी शटरिंग, रिएन्फोर्समेंट आणि काँक्रिटिंग अशी क्रमवारी होती. प्लंबिंग, इलेक्ट्रिक, पाणी आणि इतर वाहिन्या बेसमेंटमधून सुरक्षितपणे नेण्यात आल्या.

काँक्रीटचा वापर

मंदिराची दर्शनी उंची ११२ फूट असून काँक्रीटच्या २७ पाकळ्यांनी कमळ सजले आहे. प्रत्येकी नऊ पाकळ्यांचे तीन विभाग आहेत. नऊ पाकळ्या बाहेर आणि उर्वरित १८ पाकळ्या दोन भागांत आतमध्ये अंशतः उघडतात. बाहेरील पाकळ्यांच्या लगत एकूण नऊ लहान तलाव आहेत. तलावांमुळे हे कमळ पाण्यावर तरंगण्याचा भास होतो. आतील पाकळ्यांची उंची पोडियम लेवलपासून ११२ फूट भरते. पाकळ्यांची जाडी १०० मिमी ते २०० मिमी आहे. सर्व २७ पाकळ्या आणि घुमट यांचे वजन पेलण्यासाठी पोडीयमवर नऊ आर्चचा काँक्रीटमधील साखळी बीम बनवला आहे. हे बीम म्हणजेच मंदिराची नऊ प्रवेशद्वारे आहेत. पाकळ्यांचे फॉर्मवर्क अत्यंत गुंतागुंतीचे आणि सुरक्षित असणे तितकेच महत्त्वाचे होते. पाकळ्यांसाठी दोन लाख स्क्वेअर फूट फॉर्मवर्कचे फॅब्रिकेशन आणि इरेक्शन करण्यात आले. रिएन्फोर्समेंटसाठी उच्च दर्जाचे लोखंड वापरले. काँक्रीटसाठी अधिकाधिक मनुष्यबळ वापरण्यात आले. अलवार खाणीतील डोलोमाईट खडकापासून बनवलेली खडी, जयपूरची पांढरी सिलिका सँड आणि कोरिया देशातून मागवलेले व्हाईट सिमेंट यापासून एम ३० दर्जाचे काँक्रीट बनवण्यात आले. प्रत्येक आर्च बीमचे ३५०० घनफूट काँक्रीट दोन टप्प्यांत भरावे लागले. पाकळ्यांच्या सांधेविरहित काँक्रीटचे क्यूरिंग झाल्यावर वॉटरप्रूफिंग करण्यात आले. त्यानंतर वरील भागात स्टेनलेस स्टील

ब्रॅकेटच्या साहाय्याने संपूर्ण मार्बल बसवण्यात आला. सर्व छिद्रे आणि सांधे सिलिकॉन सिमेंटने भरण्यात आले. फ्लोअरिंगला व्हाईट मार्बल तर 'वॉक वे'साठी रेड सँड स्टोन वापरण्यात आला.

मंदिराची सजावट

दिल्लीतील उन्हाळा आणि हवेतील आर्द्रतेचे प्रमाण अधिक असते. मंदिरात वातानुकूलित यंत्रणा बसवणे आणि नंतरची देखभाल यासाठी प्रचंड खर्च येणार होता. यासाठी उपाययोजना म्हणून घुमटामध्ये अनेक पंखे बसवण्यात आले. तलावावरून वाहणाऱ्या थंड वाऱ्याचा झोत बेसमेंटमधून हॉलमध्ये प्रवेश करण्याची योजना आखण्यात आली. पंख्यांमुळे कॉंक्रीटचा घुमट थंड राहण्यास मदत झाली. स्कायलाईटमुळे भरपूर सूर्यप्रकाश अंतर्भागांमध्ये येतो आणि उतरत्या छपरामुळे हळूहळू मंद होत जातो. बाह्यभागातील प्रकाशयोजना आगळीवेगळी आहे. पाकळ्यांचा कडांवर प्रकाशझोत टाकल्याने रात्रीसुद्धा कमळ पाण्यावर तरंगण्याचा भास होतो.

मंदिराच्या सभोवतालचा परिसर आकर्षक लँड स्केपिंगने सजवला आहे. लोटस टेम्पलला दररोज अंदाजे दहा हजार पर्यटक अथवा भाविक भेट देत असतात. वर्षाकाठी हीच संख्या ४० लाखांवर पोचते. वास्तुरचनेचा हा सुंदर आविष्कार प्रत्येकाने आपल्या आयुष्यात एकदा तरी आवर्जून पाहायला हवा.

•••

क्वालालंपूरची एलआरटी

मलेशियाची राजधानी क्वालालंपूर येथे १९९८ मध्ये कॉमनवेल्थ स्पर्धेचे आयोजन करण्यात आले होते. या स्पर्धेसाठी देश-विदेशामधून क्रीडापटू आणि त्यांचे चाहते पर्यटक म्हणून येणार होते. आपल्या देशात येणाऱ्या क्रीडारसिकांना राजधानीत वावरताना त्यांची गैरसोय होऊ नये यासाठी मलेशियन सरकारने शहरातील पायाभूत सुविधांची महत्त्वाकांक्षी योजना आखली.

क्वालालंपूर शहर १९९०मध्ये चारचाकींचे म्हणून ओळखले जात असे. आपल्याकडील बेस्ट, पीएमटीप्रमाणे क्वालालंपूर शहरात त्या काळी इंट्राकोटा नावाची सेवा होती. या बसेस चालवण्यासाठी चालक आणि कंडक्टर असे दोन्ही काम महिलावर्ग करत असत. विषुववृत्तीय भौगोलिक परिस्थितीमुळे क्वालालंपूर शहराचे हवामान दमट आणि वार्षिक सरासरी पावसाचे प्रमाण १०० इंच होते. हवामानातील तीव्र बदलाने अचानक विजांचा कडकडाट होऊन वादळी पाऊस पडून लगेच आकाश निरभ्र आकाश होत असे.

अचानक पडणाऱ्या पावसाच्या पाण्याचा निचरा होण्यास वेळ लागत होता. त्यामुळे शहराच्या मध्यवर्ती भागात वाहतुकीची कोंडी होणे हा दैनंदिन प्रकार होता. सर्वसामान्य नागरिक या वाहतूककोंडीने अक्षरशः हैराण झाले होते. नागरिकांची या त्रासातून कायमची सुटका करणे आणि कॉमनवेल्थ स्पर्धेसाठी येणाऱ्या सर्वांची गैरसोय टाळावी यासाठी मलेशियन प्रशासनाने राजधानीत रेल्वे प्रकल्प उभारण्याचे ठरवले.

एलआरटी प्रकल्प

टेलर वूड्रो ब्रिटिश कंपनीने १९९३ मध्ये अदरांज या जर्मन कंपनीबरोबर ८५० मिलियन अमेरिकन डॉलर्सचा करार केला. टीमवर्क कॉर्पोरेशन ही चायनीज कंपनी स्थानिक व्यवस्थापन करणार होती. प्रकल्पाचे नाव स्टार एलआरटी म्हणजे 'लाईट रेल ट्रान्झिट' (light rail transit) ठरवण्यात आले. रेल्वे प्रकल्पाची एकूण लांबी २७ किलोमीटर होती. संपूर्ण प्रकल्प १९९८ मध्ये पूर्ण करण्याचे उद्दिष्ट ठरवण्यात आले. रेल्वे स्टेशनचे आणि फ्लाय ओव्हरचे काम टेलर वूड्रो करणार होती. रेल्वेचे रूळ, सिग्नल आणि इतर कामे अदरांज कंपनीतर्फे होणार होते. 'बांधा-वापरा-हस्तांतर करा' म्हणजेच बीओटी अशा तत्त्वावर होणारा पायाभूत सुविधांचा हा जगातील सर्वात मोठा प्रकल्प बनणार होता. पैशांची उभारणी विविध खासगी, सरकारी कंपन्यांचे अर्थसाहाय्य, रोखे याद्वारे करण्यात आली. स्टार एलआरटीला सिस्टिम ट्रान्झिट अलीरन रिंगन अशी दुसरी ओळख होती. क्वालालंपूरमध्ये त्या वेळी पुत्रा नावाच्या भुयारी रेल्वेमार्गाचे स्वतंत्रपणे काम चालू होते. स्टार रेल्वे ही विद्युत दाबावर चालणारी तर पुत्रा संपूर्णपणे स्वयंचलित पद्धतीची होती.

स्टारचे टप्पे आणि सुविधा

स्टारच्या पहिल्या फेजचे अंपांग ते जालन सुलतान स्माईल या स्टेशनपर्यंतचे काम १९९३ ते १९९५ दरम्यान पूर्ण झाले. १२ किलोमीटरच्या या मार्गावर १३ स्टेशन्स होती. रेल्वेचा ९.५ किलोमीटरचा मार्ग राखीव जागेवरून जात होता. तर उर्वरित २.५ लांबीचा मार्ग क्वालालंपूर शहरातील गजबजलेल्या भागातून आणि रस्त्यापासून १५ मीटर उंचीवरून जाणारा होता.

हा मार्ग पूर्ण झाल्यावर १२ किलोमीटर अंतर पार पडण्यासाठी केवळ १५ मिनिटे लागली. मार्गावर अद्ययावत वातानुकूलित आठ डब्यांची रेल्वे दर तीन मिनिटांनी स्टेशनवर हजर असते. प्रत्येक स्थानकाचा बाह्य परिसर कार पार्किंग आणि लँडस्केपिंगने सुशोभित करण्यात आला आहे. प्रवासाच्या अंतरानुसार अगोदर तिकीट काढून स्वयंचलित दरवाजाद्वारे स्टेशनवर प्रवेश मिळतो. स्टेशनवर जिना, एस्कलेटर, पाणी, टेलिफोन, टॉयलेट,

वायफाय आणि बसण्याची सुविधा आहे. दिव्यांग व्यक्तींना त्यांच्या खुर्चीवरून स्टेशनवर येण्यासाठी स्वतंत्र मार्ग आणि लिफ्टची व्यवस्था करण्यात आली आहे. डब्यामध्ये त्यांच्यासाठी काही जागा राखीव ठेवलेल्या असतात. एखाद्या व्यक्तीकडून चुकीने जास्त अंतराचा प्रवास घडला तर जास्तीचे प्रवास भाडे देऊन पुढील स्टेशनमधून बाहेर पडता येते. स्टारची सेवा सकाळी ६ ते रात्री ११.३० पर्यंत उपलब्ध असते. एका वेळी ८०० प्रवासी आणि ताशी १६ हजार प्रवासी शहराच्या एका टोकापासून दुसरीकडे प्रवास करू शकतात.

स्टार एलआरटीच्या १५ किलोमीटर लांबीच्या दुसऱ्या टप्प्याची सुरुवात १९९६ मध्ये दोन वेगवेगळ्या मार्गांनी झाली. पहिला मार्ग चान्सोलिन ते कॉमनवेल्थ स्टेडियम ९.५ किलोमीटर असा होता. दुसरा मार्ग ४.५ किलोमीटर लांबीचा सुलतान इस्माईल ते सेंतूर स्टेशनपर्यंत होता. या मार्गावर एकूण १३ स्टेशन्स बांधण्यात आली. संपूर्ण प्रकल्पावर अंदाजे २५०० कर्मचारीवर्ग आणि इंजिनिअर, कंत्राटदार, सल्लागार रात्रंदिवस कार्यरत होते. यामध्ये ब्रिटिश, चायनीज, इंडोनेशियन आणि भारतीय अशा सर्वांचा समावेश होता. सल्लागार कंपन्या ब्रिटिश, जर्मन आणि चायनीज होत्या.

अद्ययावत तंत्रज्ञानाचा वापर

प्रकल्प पूर्ण करण्यासाठी अद्ययावत तंत्रज्ञान वापरण्यात आले. या कंपनीला आयएसओ ९००२चे प्रमाणपत्र प्रदान होते. त्यामुळे कामगारांची सुरक्षितता, कामाची गुणवत्ता याबाबत असणारे नियम अत्यंत कडक होते. फ्लायओव्हरच्या कामासाठी १०२ मीटर लांबीच्या शक्तिशाली गॅन्ट्री क्रेनचा वापर करण्यात आला. या क्रेनच्या साहाय्याने फ्लायओव्हरचे ८० टन वजनाचे विविध प्रीकास्ट सेग्मेंट जमिनीपासून सहज आणि सुरक्षितपणे उचलण्यात आले. त्यांची जोडणी वरचेवर होत होती. या वेळी रस्त्यावरील वाहतूक सुरळीतपणे चालू असे. रेल्वेचे प्लॅटफॉर्म बांधण्यासाठी लाकूड आणि प्लायवूडचा वापर करण्यात आला.

प्रकल्पाचे सर्वेक्षण आणि प्रत्यक्ष काम करताना टोटल स्टेशन या अत्याधुनिक सर्वेक्षण उपकरणाचा वापर करण्यात आला. प्रीकास्ट सेग्मेंट उचलण्यासाठी गॅन्ट्री क्रेन वापरण्यात आली. फॉर्मवर्क, स्टील बांधणी आणि नंतरच्या काँक्रीटसाठी रेडी मिक्स प्लान्ट वापरण्यात आले. गजबजलेल्या भागातील रेल्वे स्टेशनवर लागणाऱ्या लोखंडी सळया, फॅक्टरीमध्ये कटिंग आणि बेंडिंग करून कामावर आणण्यात आले. त्यामुळे स्टील वेस्टेजचे प्रमाण नगण्य होते. काँक्रीटचा दर्जा एम ४५ पासून एम ८० पर्यंतचा होता. काँक्रीटमध्ये मायक्रो सीलिका आणि पर्यावरणपूरक पोझोलना सिमेंटचा वापर करण्यात आला. प्रकल्पावर एकमेकांशी संपर्क ठेवण्यासाठी वॉकीटॉकी आणि मोबाईल फोन होते. हा प्रकल्प यशस्वीपणे पूर्ण झाल्याने पुढील काळात असेच रेल्वे प्रकल्प जगातील इतर देशांत सुरू झाले.

•••

कोकण रेल्वे प्रकल्प

कोकण रेल्वे हा भारतीय अभियंत्यांनी स्वदेशी संसाधने वापरून, कमीतकमी वेळेत पूर्ण केलेला देशातील पहिला रेल्वे प्रकल्प म्हणून गणला जातो. कोकणातील दुर्गम भागात असा रेल्वे प्रकल्प वेळेवर कार्यान्वित करणे एक अद्वितीय कामगिरी होती. ती पूर्ण झाल्याने पाश्चिमात्य देशांनासुद्धा त्याची प्रशंसा करावी लागली. या प्रकल्पात अनेक नवीन तंत्रज्ञानाचा वापर यशस्वीरीत्या करण्यात आला. संपूर्णपणे स्वदेशी संरचना, सामग्री आणि अभियंते यांच्या साहाय्याने हा प्रकल्प पूर्ण झाला.

रेल्वे इंजिनिअर श्रीधरन यांचे तडफदार नेतृत्व आणि बीओटी म्हणजेच 'बांधा, वापरा आणि हस्तांतरित करा' या तत्त्वाचा आधार घेऊन प्रकल्प पूर्ण झाला. प्रकल्पासाठी भागभांडवल उभारताना रेल्वे मंत्रालय ५१ टक्के, महाराष्ट्र सरकार २२ टक्के, गोवा ६ टक्के, कर्नाटक १५ टक्के आणि केरळ ६ टक्के अशी विभागणी करण्यात आली. प्रकल्पाचा ३३ टक्के खर्च भांडवलातून उभा करायचे ठरवले आणि उर्वरित ६४ वित्त संस्थांकडून कर्जरूपाने उभारण्यात आले. प्रकल्प पाच वर्षांत पूर्ण करण्याचे आव्हान होते.

नियोजन

सुरुवातीच्या ८०० किलोमीटर लांबीच्या प्रकल्पात सात विभाग होते. प्रत्येक विभागाला साधारण १०० ते १२० किलोमीटर वाटून देण्यात आले. सर्व सात विभाग एकाच वेळी सुरू करण्याचे ठरवले होते. सर्वेक्षणानंतर रेल्वेचा अंतिम मार्ग ७४० किलोमीटरचा झाला. ज्यावरून ताशी १६० किलोमीटर वेगाने रेल्वे धावणार होती. या मार्गावर बोगद्याची एकत्रित लांबी ८४ किलोमीटर होती. हे बोगदे बांधण्यासाठी आठ मोठी इलेक्ट्रो हायड्रोलिक ड्रिलिंग

यंत्रे स्वीडनमधून मागवण्यात आली. सर्वात उंच पूल रत्नागिरी जवळ पानवळ नाडी या ठिकाणी ६० मीटर उंचीचा होता. दळणवळणासाठी बीएसएनएलकडून व्हाईस डाटा फॅक्स सुविधा पुरवण्यात आली. कोकण रेल्वे प्रकल्पात १५ लाख काँक्रीटच्या स्लिपर वापरण्यात आल्या. त्या बनवण्याचा प्लान्ट प्रकल्पाच्या सुरुवातीलाच चालू करण्यात आला. दळणवळणासाठी फायबर ऑप्टिक्स आणि रेल्वेच्या कंट्रोल सिस्टिमचे संगणकीकरण करण्यात आले. सुरुवातीचे सहा महिने प्रकल्प नियोजन, निविदांचे दस्तऐवज आणि संघटना उभारणे यात गेले. कंत्राटदारांना दर महिन्याला बिल पेमेंट करणे, जागेचा मोबदला शेतकऱ्यांना लवकरात दिल्याने प्रकल्पात कोणताही अडथळा आला नाही. दोन स्टेशनमधील अंतर साधारण ८ किलोमीटर ठेवण्यात आले. प्रकल्पाचा पहिला टप्पा रोहा ते वीर ४५ किलोमीटर आणि बेंगलोर ते उडपी ५० किलोमीटर हे १९९२-९३ सालामध्ये कार्यान्वित झाले.

आर्थिक उभारणी

कोकण रेल्वेला विविध नैसर्गिक आव्हानांना सामना करावा लागला. गोव्यातील काही मार्ग हा राखीव जंगल आणि दऱ्याखोऱ्यातून जात होता. एकूण खर्चाचा ७५ टक्के वाटा बाजारातून कर्जरूपाने आणि उर्वरित २५ टक्के वाटा केंद्र सरकार आणि चार राज्य सरकारे समभागात उभारला गेला. केंद्र सरकारने कोकण रेल्वे प्रकल्पासाठी १०.५ टक्के व्याजाचे करमुक्त रोखे बाजारात आणले. त्याला जनसामान्यांनी भरघोस प्रतिसाद दिला. भागभांडवलातून ८०० कोटी रुपये आणि बाजारातून २०७० कोटी रुपये उभारण्यात आले. हे काम अधिक वेगाने १९९३च्या उत्तरार्धापासून सुरू झाले. कोकण रेल्वे देशातील ७४० किलोमीटर लांबीचा ब्रॉडगेज रेल्वे मार्ग आहे. काही भागांमध्ये निसर्गरम्य प्रदेश व्याप्त आहे. हा प्रकल्प केवळ ७ वर्षांत १९९१ ते १९९७ या कालावधीत पूर्ण करण्यात आला. प्रकल्पात १७९ मोठे पूल, ९२ बोगदे (एकूण लांबी ८४ किलोमीटर) त्याचप्रमाणे अनेक छोटे पूल, ग्रेड सेपरेटर आहेत. सर्वात लांब बोगदा रत्नागिरीजवळ करबुडे ६.५ किमी तर सर्वात लांब पूल शरावती नदीवर होनावर येथे आणि सर्वात उंच पूल रत्नागिरीजवळ पानवळ नाडी ६४ मीटर उंचीचा आहे. या प्रकल्पावर देशातील अनेक नामवंत कंपन्यांनी कामे केली.

वैशिष्ट्ये

रेल्वेमार्गातील वळणांचे डिझाइन करताना त्याची त्रिज्या १२५० मीटर ठेवल्याने रेल्वेचा वेग १६० किलोमीटर प्रतितास ठेवणे शक्य झाले. रेल्वेमार्गातील उच्चतम उतार अथवा चढ १५० मीटर लांबीमध्ये एक मीटर ठेवण्यात आला. त्यामुळे २४ डब्यांच्या प्रवासी आणि मालवाहू गाड्या सहजपणे जाऊ शकतात. पाया बनवताना १ ते १.२ मीटर व्यासाच्या काँक्रीट पाईल्सचा वापर करण्यात आला. सर्व पुलांसाठी काँक्रीट गर्डर वापर करण्यात आले. संपूर्ण रेल्वे महामार्गावर जोडविरहित रेलपथाचा वापर केल्याने इंधनात १० टक्के बचत होऊन प्रवास अधिक सुखकर झाला.

काँक्रीट गर्डर बनवताना प्रीकास्ट तंत्रज्ञान वापरण्यात आले. त्यामुळे गुणवत्ता राखण्यात यश आले. शरावती नदीवरील होनावर येथील दोन किलोमीटर लांबीचा पूल केवळ तीन वर्षांत पूर्ण करण्यात आला. पुलांच्या खांबासाठी हॉलो आरसीसी पियर वापरल्याने काँक्रीटची बचत झाली. स्लिप फॉर्म पद्धतीचा वापर केल्याने बांधकाम वेगात झाले. आधुनिक मशिनरीचा वापर करून आठ बोगद्यांची कामे चार वर्षांत पूर्ण झाली. झुवारी व मांडवी पुलांसाठी ४०० फूट लांब आणि ५० फूट उंचीचे तीन स्टील गर्डर वापरण्यात आले. त्यांना वर्कशॉपमध्ये

बनवून नदीच्या काठावर आणण्यात आले. तराफ्यावरून प्रत्यक्ष जागेवर आणून क्रेनच्या साहाय्याने त्यांची उभारणी करण्यात आली. या गर्डरचे वजन ६६० टन होते. कोकण रेल्वेच्या लांब बोगद्यामध्ये खडीविरहित रेलपथ आहेत. तीन किलोमीटरपेक्षा लांब बोगद्यामध्ये वायुविजन यंत्रणा आणि हानिकारक वायूंच्या प्रमाणावर नियंत्रण ठेवण्यासाठी विशिष्ट यंत्रणा बसवण्यात आल्या. कोकण रेल्वेची सर्व स्टेशन सिग्नलिंगच्या पॅनेल इंटरलॉकिंग तंत्रज्ञानाने युक्त आहेत. यामुळे ट्रेन क्रॉस करण्यात लागणारा वेळ वाचतो आणि सुरक्षितता वाढते. संपूर्ण रेल्वेमार्गावर महामार्ग, राज्यमार्ग, जिल्हामार्ग, यांच्या क्रॉसिंगवर ब्रीजेस बांधण्यात आले आहेत. त्यामुळे लेव्हल क्रॉसिंगची संख्या कमी होऊन सुरक्षितता वाढली. बोगद्याचे काम करताना प्रचंड आव्हाने समोर आली. काही ठिकाणी बोगद्यातील जमिनीचा स्तर कठीण दगडापासून ठिसूळ माती होती. जांभा दगडात बोगदा करताना अनेक अडचणी आल्या.

कोकण रेल्वेद्वारे मालवाहू ट्रक वाघिणीमध्ये चढवून नेण्याची सुविधा आहे, त्यामुळे रस्त्यावरील वाहतुकीचा ताण कमी होतो. आज कोकण रेल्वेमार्गावर एकूण ६७ स्टेशन आहेत. त्यातील ३२ महाराष्ट्रात, १० गोव्यात आणि उर्वरित २५ कर्नाटकात आहेत. रेल्वेचे उत्पन्न आज १००० कोटीच्या घरात पोहोचले असून, रेल्वे कॉर्पोरेशनला गेल्या काही वर्षांत १५० कोटींचा नफा नोंदवण्यात आला आहे. कोकण रेल्वेमुळे या भागाचा कायापालट होऊन विकास साधण्यास निश्चितच यश आले आहे.

•••

गगनचुंबी पेट्रोनास ट्विन टॉवर

मलेशियाची राजधानी क्वालालंपूर येथील १०० एकर जागेत महत्त्वाकांक्षी वास्तू प्रकल्प बांधण्याचे नियोजन १९८०च्या दशकात करण्यात आले. त्या वेळी मलेशियातील पेट्रोनास (Petronas) या पेट्रोलियम क्षेत्रातील अग्रगण्य कंपनीने प्रकल्पाची जबाबदारी स्वीकारली. तत्कालीन पंतप्रधान डॉ. महातीर बिन महंमद यांनी या नगरनिर्माण योजनेत विशेष लक्ष दिले. वास्तुरचनाकार ठरवण्यासाठी जगातील तज्ज्ञ रचनाकारांच्या विविध रचना मागवण्यात आल्या. यामध्ये अमेरिकेतील वास्तुरचनाकार केसर पेली यांची निवड झाली. वास्तुरचनाकार केसर पेली यांच्यापुढे आव्हान होते एक भव्यदिव्य वास्तुप्रकल्प साकार करण्याचे. त्यासाठी त्यांनी वर्षभर असंख्य रचना बनवल्या. स्वतः पंतप्रधानांनी जातीने लक्ष देऊन एक अंतिम रचना निश्चित केली.

संरचना

काटकोनातील दोन चौकोन आणि त्यांच्या छेदन बिंदूमधून जाणारी वर्तुळे यातून ही रचना निर्माण झाली. ही रचना

म्हणजे मलेशियाची एकता, अखंडता, स्थिरता, सुज्ञता यांची एकात्मता साधणारी होती. वास्तूचा बाह्यभाग इस्लामिक संस्कृती आणि वारसा जतन करणारा होता. अशा प्रकारे जगातील ४५२ मीटर उंचीच्या पेट्रोनास ट्विन टॉवरचे बांधकाम करण्याचे

निश्चित झाले. या वास्तूची संरचना करण्याची आव्हानात्मक जबाबदारी अमेरिकन संरचनाकर चार्ल्स थॉर्नटन यांनी स्वीकारली. अमेरिकेतील विविध उंच इमारतींची संरचना करण्याचा पूर्वानुभव त्यांच्या पाठीशी होता.

उंच इमारतींची संरचना करताना वेगवान वाऱ्याचा दाब, उंची आणि रुंदीचे प्रमाण, जागेवरील भूस्तराची वजन पेलण्याची क्षमता, भूकंपप्रवण क्षमता, हवामानात होणारे स्थानिक बदल अशा सर्वांचा सखोल अभ्यास करावा लागतो. पेट्रोनास ट्विन टॉवर ज्या ठिकाणी उभारला जाणार होता तेथील जमिनीतील भूस्तराचे नमुने घेण्यात आले. त्या नमुन्यांचे चाचणी निष्कर्ष अक्षरशः धक्कादायक होते. एका टॉवरचा पाया असणारी जागा म्हणजे गाळाची माती, वाळू, झिजलेला चुनखडक यांचे संमिश्रण होते. अशा ठिसूळ जागेवर टॉवर उभारणे केवळ अशक्य होते. वास्तुरचनाकार केसर पेली यांनी टॉवरची जागा ६० मीटरने सरकवून दोन्ही टॉवर सुरक्षित स्थळी आणले. तेथील चुनखडक खोलवर, परंतु पूर्वीपेक्षा अधिक सुस्थितीत होता.

पायाचे आव्हानात्मक काम

पाया बनवण्याचा खर्च जास्त होणार असला तरी तो सुरक्षित आणि भरभक्कम होणार होता. संरचना करताना प्रत्येक टॉवरचे वजन अंदाजे तीन लक्ष टन आले. एवढे अतिप्रचंड वजन सामावून घेण्यासाठी जमिनीखाली पाच मजली तळघराची रचना करण्यात आली. या तळघरात दुकाने आणि पार्किंग समाविष्ट झाले. तळघराच्या खालील भागात साडेचार मीटर जाडीचा काँक्रीट राफ्ट आणि घर्षण पाईल्स करण्यात आल्या. पाइल्सची खोली ६० ते १०० मीटर पर्यंत होती. अंदाजे १५० मीटर खोलवर असणाऱ्या चुनखडकातील भेगा आणि पोकळी भरण्यासाठी प्रेशर ग्राउटिंग करण्यात आले. राफ्टसाठी ग्रेड ६० ताकदीचे १३ हजार घनमीटर काँक्रीट करावे लागणार होते. प्रकल्प अभियंत्यांनी आणि कामगारांनी काँक्रीट बॅचिंग प्लान्ट, मिक्सर, बूम पंप अशा अत्याधिक यंत्रप्रणालीचा वापर त्यासाठी केला. सलग ५४ तास काँक्रीट करून विश्वविक्रम घडवला, त्यामुळे काँक्रीट सांधेविरहित झाले आणि पृष्ठभाग सतत ओलसर राहिला. या वेळी धुवाधार पावसाने आपली हजेरी लावली. परंतु संपूर्ण जागा ताडपत्रीने त्वरित झाकून अखंडित काँक्रीट करण्यात अभियंत्यांनी यश मिळवले. काँक्रीटचे अंतर्गत तापमान नियंत्रित ठेवण्यासाठी त्यामध्ये बर्फ, थंडगार खडी आणि वाळू वापरण्यात आली. बाह्य भागात विशिष्ट पॉलिस्टिरीन वॉटरप्रूफिंग पद्धतीचा वापर करण्यात आला.

रचना

पेट्रोनास ट्विन टॉवरला एकूण ८८ मजले आहेत. त्याच्या बांधकामाचे एकूण क्षेत्रफळ ३ लाख ४१ हजार चौरस मीटर भरते. या टॉवरला जमिनीपासून वर जाताना मध्यभागी चौकोन आणि बाह्य भागात गोलाकार कॉलम, रिंग बीम, स्लॅब अशी संरचना करण्यात आली आहे. लिफ्ट, जिना, सर्व्हिस डक्ट मध्यभागी आहेत. प्रत्येक टॉवरमध्ये एकूण ७६ लिफ्ट कार्यान्वित आहेत. दुमजली, सर्व्हिस आणि अतिवेगवान असे लिफ्टचे तीन प्रकार आहेत. दुमजली लिफ्टची क्षमता एका वेळी ५६ प्रवाशांची असून २३, ३६ आणि ४१व्या मजल्यावर लिफ्ट बदलण्याची सुविधा आहे. ट्विन टॉवरच्या बाह्य भागात एकूण ३२ हजार खिडक्या आहेत. त्यासाठी कठीण काच, स्टेनलेस स्टील यांचा प्रामुख्याने वापर करण्यात आला.

टॉवरच्या सर्वात वरील भागात ६० मीटर उंचीची स्टील अँटेना, लायटनिंग अरेस्टर आणि विमानांना सावध करणारी यंत्रणा बसवण्यात आली आहे. प्रत्येक टॉवरचे काम जपान आणि कोरियन बांधकाम कंपनी स्वतंत्रपणे करत होत्या. पाया पूर्ण झाल्यानंतर वरचे मजले पूर्ण करण्यासाठी दोघात स्पर्धा आणि चुरस निर्माण झाली. साधारणतः आठ दिवसांत एक मजला अशा गतीने दोन्ही टॉवरचे आरसीसी काम पूर्ण झाले. टॉवरचे काम चालू असताना आपत्कालीनप्रसंगी बाहेर येण्यासाठी कोणताच मार्ग ठेवला नसल्याचे वास्तुरचनाकार केसर पेली यांच्या लक्षात आले. त्यावर उपाय म्हणून ४१ आणि ४२व्या मजल्यावर स्काय ब्रीजची रचना त्यांनी योजली.

जमिनीपासून १४० मीटर उंचीवर दोन्ही टॉवरच्या मधोमध ५८ मीटर लांबी आणि ४०० टन वजनाचा स्काय ब्रीज योग्य जागी बसवणे ही आव्हानात्मक बाब होती. या वेळी पुन्हा पावसाने आपली हजेरी लावली. अभियंत्यांनी मुसळधार पावसाला न जुमानता सलग ३३ तास अथक प्रयत्न करून हायड्रॉलिक यंत्रणेच्या साहाय्याने ब्रीज जागेवर अचूकपणे बसवला. वेगवान वाऱ्यात मागेपुढे आणि खालीवर सरकण्याची विशिष्ट रचना या ब्रीजमध्ये केली आहे. क्वालालंपूर शहराचे विहंगम दृश्य स्काय ब्रीजवरून पर्यटकांना पाहायला मिळते.

अशा रीतीने जानेवारी १९९२ ते डिसेंबर १९९८ या कालावधीत अंदाजे दीड बिलियन अमेरिकन डॉलर खर्चून जगातील सर्वात उंच ट्विन टॉवर पूर्ण झाला. त्याच्या निर्मितीसाठी भूगर्भ, स्थापत्य, वास्तुरचना, संरचना, विद्युत, कंपने, अग्निप्रतिबंधकता, लिफ्ट, सर्व्हिसेस, फॉर्मवर्क, स्कॅफोल्डिंग, बाह्यरचना, लँडस्केप, अशा बांधकाम क्षेत्राशी निगडित असणाऱ्या जगातील विविध तज्ज्ञांची एकत्रितपणे मदत घ्यावी लागली.

सन १९९८ मध्ये आयोजित केलेल्या राष्ट्रकुल स्पर्धेच्या निमित्ताने मलेशियात आलेल्या सर्वांना तेथील प्रगतीचे प्रत्यक्ष दर्शन घडले. आजही पेट्रोनास ट्विन टॉवरमधील स्काय ब्रीज, शॉपिंग मॉल, म्युझियम, आर्ट गॅलरी, कॉन्सर्ट हॉल, सिनेमा, रेस्टॉरंट, बगीचा, जॉगिंग ट्रॅक, कारंजे, पार्किंग इत्यादी एकत्र सुविधांचे मलेशियात येणारे पर्यटक आणि स्थानिक अशा अनेक सुविधांचा आनंद घेत आहेत.

•••

बुर्ज खलिफा
सर्वात उंच मनोरा

उंच उंच मनोरे बांधण्याची स्पर्धा जगात पूर्वी सुरू आहे. याची सुरुवात इजिप्तमधील गिझाच्या पिरॅमिडपासून होते. फरक इतकाच, की त्या काळात आजच्यासारखी अद्ययावत यंत्रप्रणाली नव्हती. त्यानंतर आजच्या काळातील आयफेल टॉवर, एम्पायर स्टेट बिल्डिंग, पेट्रोनास ट्विन टॉवर, तैपेई टॉवर, वर्ल्ड ट्रेड सेंटर, सी एन टॉवर यांच्या उंचीचा विक्रम मोडून काढणारा जगातील सर्वात उंच असणारा मनोरा म्हणजे दुबईतील बुर्ज खलिफा (Burj Khalifa). ज्याची उंची आहे ८२८ मीटर. हा मनोरा रचना आणि संरचना यांचा सुरेख संगम, इस्लामिक वास्तुरचनेचा उत्कृष्ट नमुना, अभियांत्रिकी क्षेत्रातील एक चमत्कार म्हणता येईल.

अभियंत्यांना अभिमान वाटणारी अशी आजच्या काळातील ही एक वास्तुनिर्मिती आहे. विमानातून दुबई विमानतळावर उतरत असतानाच या उत्तुंग वास्तूकडे लक्ष वेधले जाते आणि प्रत्यक्ष पाहिल्यानंतर आपल्या देशातही असेच काहीतरी भव्यदिव्य असायला पाहिजे, असा विचार मनात आल्याशिवाय राहत नाही.

प्रकल्पाची सुरुवात

बुर्ज खलिफा हा जगातील एक महत्त्वाकांक्षी प्रकल्प होता. याच्या मनोऱ्याचे काम एप्रिल २००५ मध्ये सुरू झाले. संपूर्ण मनोरा पूर्ण होण्यास २०१० साल उजाडले. याच्या उभारणीत अनेक भारतीय अभियंते आणि कुशल कामगार यांचा असणारा सहभाग कोणीच विसरू शकणार नाही. बुर्ज खलिफा इमारतीला आहेत एकूण १६३

मजले. जमिनीपासूनचे १५६ मजले काँक्रीट आणि उर्वरित स्टीलमधील आहेत. मुख्य मनोऱ्याचा पाया बनवण्यासाठी ५० मीटर खोलवर दीड मीटर व्यासाच्या एकूण १९४ पाईल आणि जमिनीलगत १२ फूट जाडीचे राफ्ट फाउंडेशन करावे लागले. राफ्टसाठी ५०हून अधिक ग्रेड असणारे सेल्फ कॉम्पॅक्टिंग काँक्रीटचा वापर करण्यात आला.

प्रत्येक पाईलमध्ये कमीतकमी तीन टन वजन पेलण्याची क्षमता असावी अशी संरचना केली होती. भूजलातील पाण्यात असणारे क्लोराईड आणि सल्फेटचे अधिक प्रमाण पायासाठी असणाऱ्या काँक्रीट आणि अंतर्गत स्टीलसाठी धोकादायक होते. त्यासाठी योग्य कव्हर, टिटॅनियम मेश, गंजरोधक रसायने, विशिष्ट वॉटरप्रूफिंग पद्धतीचा वापर करण्यात आला. मध्यभागी उंच आणि बाजूला तीन भाग अशी इंग्रजी 'वाय' आकारातील रचना बुर्ज खलिफाची केली आहे.

आकाशाला गवसणी घालताना हा मनोरा हळूहळू निमुळता होत जातो. बाह्यभागात काच, स्टेनलेस स्टील, ॲल्युमिनियम यांचे ताकदवान आवरण दिले आहे. वेगवान वाऱ्याला चकवण्यासाठी बाह्यभागाची रचना अर्धवर्तुळाकार करण्यात आली आहे. दुबईच्या पन्नास अंश सेंटिग्रेड तापमानात टिकाव धरण्याची क्षमता वापरलेल्या बांधकाम साहित्यात आहे. उंचावरील वेगवान वाऱ्याचा सामना करण्याची ताकद तपासण्यासाठी बुर्ज खलिफा आणि सभोवतालच्या जागेची प्रतिकृती तयार करून त्याची विंड टनेल टेस्ट करण्यात आली होती.

रचना

बुर्ज खलिफाच्या १२४व्या मजल्यावर संपूर्ण दुबई शहराचे विहंगम दृश्य दाखवणारी काचेमधील गोलाकार गॅलरी आहे. ४५२ मीटर उंचीवर असणाऱ्या या गॅलरीपर्यंत पोहोचण्यासाठी लिफ्टला फक्त शंभर सेकंदाचा कालावधी लागतो. बुर्ज खलिफाच्या अंतर्गत जागेचे एकूण क्षेत्रफळ दोन लाख ऐंशी हजार चौरस फूट आहे. या जागेचा उपयोग रहिवासी, व्यापारी, ऑफिस, दुकाने, आतिथ्य यासाठी केला जात आहे. १२२ व्या

मजल्यावर भव्य तारांकित हॉटेल आहे. एकूण ९०० रहिवासी फ्लॅट, ऑफिससाठी ३७ स्वतंत्र मजले, तळातील ३७ मजल्यांवर गेस्टरूम आहेत. चार मजली फिटनेस आणि रेक्रिएशन जागा, सभोवताली ११ हेक्टरचा बगीचा आणि कारंजे आहेत.

बुर्ज खलिफाने अनेक उच्चांक घडवले आहेत. जगातील सर्वात उंच इमारत, सर्वात जास्त मजले असणारी इमारत, सर्वात उंच गॅलरी, सर्वात उंचीवर जाणारी लिफ्ट, ५१२ मीटर उंचीवर ॲल्युमिनियम आणि काचेचे तावदान बसवणे, ६०६ मीटर उंचीपर्यंत काँक्रीट पंप करणे अशा विक्रमांचा यात समावेश होतो. बुर्ज खलिफाच्या १२४व्या मजल्यावरून संपूर्ण दुबई शहर पाहणे हा रोमांचकारी अनुभव आहे, यासाठी जगभरातून पर्यटक आकर्षित होत असतात.

•••

मुंबई - पुणे द्रुतगती मार्ग

अनेक वर्षे महाराष्ट्राची राजधानी मुंबई आणि सांस्कृतिक राजधानी पुणे शहर राष्ट्रीय महामार्ग क्र. ४८ने बोरघाटाद्वारे जोडले गेले होते. या दुपदरी मार्गावर ४०० क्रॉसिंग असून, वाहनांच्या वाढत्या संख्येमुळे तो वर्दळीचा मार्ग बनला होता. याला पर्यायी मार्ग असण्याची गरज त्या काळात निर्माण झाली आणि १९८५ मध्ये एका महत्त्वाकांक्षी प्रकल्पाची मुहूर्तमेढ रोवली गेली.

अमेरिकेचे तत्कालीन अध्यक्ष जॉन एफ. केनेडी यांचे एक प्रसिद्ध विधान आहे. “अमेरिका संपन्न देश असल्यामुळे येथील रस्ते उत्कृष्ट नसून, अमेरिकेतील रस्ते उत्कृष्ट असल्यामुळे हा देश संपन्न बनला आहे.'' रस्ते देशातील दळणवळणाचे प्रमुख साधन समजले जातात. दर्जेदार रस्त्यांमुळे इंधनाची, वेळेची बचत होऊन प्रदूषण नियंत्रण होण्यास आपोआपच मदत होते. देशाचा आर्थिक विकास दर उंचावण्यास पायाभूत सुविधांचे बळकटीकरण होणे महत्त्वाचे असते. केंद्र सरकारच्या मिनिस्टरी ऑफ सरफेस ट्रान्सपोर्टने (MOST) सातव्या योजनेत पुणे-मुंबई या मार्गाचा समावेश केला. त्यानंतर महाराष्ट्र सरकारने १९९०च्या सुमारास ब्रिटिश स्कॉट विल्यम क्रिपॅट्रिक कंपनीला नवीन मार्गाचे सर्वेक्षण करण्यास सांगितले. १९९४ मध्ये रेल इंडिया टेक्निकल अँड इकॉनॉमिक सर्व्हिसेस (RITES) संस्थेने पूर्व सर्वेक्षण निष्कर्षाच्या आधारे त्यास दुजोरा दिला. पनवेलजवळील कोनपासून पुणेलगतच्या किवळेपर्यंतच्या ८४ किमी नवीन मार्गाला मंजुरी दर्शवली. मार्ग पूर्ण झाल्यावर जुन्या मार्गावरील ४५ टक्के वाहतूक नवीन मार्गावर वळू शकते आणि आजूबाजूच्या जागेचा विकास घडू शकतो असा निष्कर्ष काढला. प्रकल्पाच्या १६.३ बिलियन खर्चाची परतफेड ३० वर्षांची टोलवसुली आणि लगतच्या जमिनीच्या वाढत्या किमतीतून मिळणाऱ्या महसुलातून होणार होती.

उद्दिष्टे

यामध्ये आंतरराष्ट्रीय दर्जाचा सहापदरी रस्ता जलदगतीने बांधणे, रस्त्याचे डिझाईन करताना वाहनांच्या सुरक्षिततेला प्राधान्य देणे यांचा समावेश होता. अंतिम आराखडा बनवताना मार्गाची लांबी ९४.५ किमी झाली. घाट सेक्शनमध्ये वनखात्याच्या सूचनेनुसार सुधारणा करून पनवेल बायपास नवीन मार्गाला जोडण्यात आला. १९९७ मध्ये या प्रकल्पाला पर्यावरण खात्याची मंजुरी मिळाली आणि प्रत्यक्ष कामाचा मार्ग मोकळा झाला. जमिनीचे सर्वेक्षण, प्रकल्पाचे नकाशे बनवणे, बेंचमार्क निश्चित करणे, ट्रायल पीट यासाठी स्वतंत्र सल्लागार कंपनी नेमण्यात आली.

रस्त्याचे एकूण चार उपविभाग करण्यात आले. प्रकल्पाच्या निविदा सुरुवातीला 'बांधा, वापरा आणि हस्तांतर' (BOT) तत्त्वावर आधारित होत्या. त्याला कंत्राटदारांकडून सकारात्मक प्रतिसाद मिळाला नाही. एकाच कंत्राटदाराने अधिक रकमेचे आणि स्वतःच्या अटीशर्थींची निविदा सादर केली. त्यामुळे महाराष्ट्र सरकारला रस्ते बांधणीची जबाबदारी महाराष्ट्र राज्य रस्ते विकास महामंडळ (MSRDC) कडे सुपूर्द करावी लागली. १९९८ मध्ये निविदांमध्ये 'बांधा, चालवा आणि हस्तांतर' असा बदल केल्यावर कंत्राटदारांकडून उत्स्फूर्त प्रतिसाद मिळाला.

अनेक सवलतींमुळे नामवंत बांधकाम कंपन्यांनी यात भाग घेतला. विकलेल्या १३३ निविदांपैकी ५५ जणांनी दाखल केल्या. १९९८ मध्ये झालेल्या अंतिम फेरीत चार कंत्राटदारांची निवड होऊन त्यांना वर्क ऑर्डर देण्यात आल्या. कंत्राटदाराला त्याचा मोबदला ३० वर्षांच्या टोलवसुलीद्वारे मिळणार होता. नियोजित कालावधीत काम पूर्ण झाल्यास टेंडर किमतीच्या ५ टक्के बोनस आणि विलंब झाल्यास १० टक्के पेनल्टी होती. परदेशातून नवीन मिशनरी आणण्यासाठी कस्टम ड्यूटीमध्ये सवलत मिळणार होती. सेल्स टॅक्सचा परतावा आणि बिल सादर केल्यावर १० दिवसांत पेमेंट मिळणार होते. स्टील, सिमेंट, डांबर यांच्या किमतीत होणाऱ्या वाढीचा फरक मिळणार होता. रस्त्याच्या कामासाठी खाणीतून खोदलेल्या मुरमाची रॉयल्टी शुल्क माफ होते. सर्व्हेची उपकरणे, क्वालिटी कंट्रोल लॅबरोटरी उभारण्याचा खर्च बिलातून मिळणार होता. निविदेतील अशा अनेक सवलतींमुळे कंत्राटदारांचा उत्साह वाढून प्रकल्प नियोजित कालावधीत पूर्ण होण्यास मदत झाली.

वैशिष्ट्ये

महामार्गाच्या दोन्ही बाजूस ९० मीटर आणि वन विभागाच्या हद्दीत ७५ मीटर जमीन संपादन करण्यात आली आहे. यामुळे आजचा सहापदरी रस्ता भविष्यात आठपदरी होऊ शकतो. संपादित एकूण जमीन ६४० हेक्टर भरते. रस्त्यासाठी अत्यावश्यक झाडे तोडावी लागली, परंतु अनेक झाडांचे पुनर्रोपण आणि ७० हजार नवीन वृक्षारोपण करण्यात आले. मार्गातील काळी माती पूर्णपणे काढून नवीन मुरूम भरण्यात आला.

संपूर्ण महामार्गावर दोन्ही बाजूने मिळून १८० किलोमीटर लांबीचे चेनलिंक फेन्सिंग असल्याने वन्यप्राण्यांना या ठिकाणी प्रवेश करता येत नाही. त्याचप्रमाणे पादचारी, दुचाकी, तीनचाकी, बैलगाडी, ट्रॅक्टर यांनाही प्रवेश निषिद्ध आहे. वाहनांना मध्येच कोठेही थांबता येत नाही. वेगमर्यादा ८० ते १०० किलोमीटर प्रती तास असून पेट्रोल पंप, वर्कशॉप, मोटेल, आपत्कालीन क्रेन, रुग्णवाहिका, टेलिफोन, स्वच्छतागृहे, अग्निशामक सेवा इत्यादी सुविधा उपलब्ध आहेत. प्रवेश आणि बाहेर पडण्यासाठी कोन, खालापूर, लोणावळा आणि वडगाव येथे आवश्यक क्रॉसिंग आहेत.

एका बाजूच्या तीन पदरी रस्त्याची रुंदी १२.४५ मीटर आणि मध्यभागी ७.६ मीटर जागा झाडे लावून

सुशोभित केली आहे. रस्त्याची चतुर्थ लेन २.५ मीटरची असून, नादुरुस्त वाहनांची दुरुस्ती, बंद वाहने यांच्यासाठी राखीव ठेवली आहेत. महामार्गावर योग्य जागी उतार आणि पावसाचे पाणी वाहून जाण्यासाठी गटारे आहेत. या मार्गावरून प्रवास करताना सह्याद्रीच्या पर्वतरांगा ओलांडत आजूबाजूचे निसर्गसौंदर्य पाहणे हा सुखद अनुभव असतो, परंतु त्या वेळी मार्गावरील इतर अनेक गोष्टी चटकन लक्षात येत नाहीत. द्रुतगती मार्गावर विविध जागी २६ भुयारी आणि उड्डाणपूल आहेत. यापैकी मोठे ६ आणि छोटे २१ पूल आहेत. याव्यतिरिक्त ८१ बॉक्स स्लॅब कल्व्हर्ट, ३३ पादचारी क्रॉसिंग, २ रेल्वे ओव्हर ब्रीज, ५ बोगदे, ४ इंटरचेंज आहेत.

काँक्रीटचा वापर

द्रुतगती मार्ग बांधण्यासाठी अनेक अद्ययावत मशिनरी वापरण्यात आली. यामध्ये एस्क्व्हेटर, बुलडोझर, टिपर, डम्पर, रोलर, ट्रान्झिट मिक्सर, स्लिपफॉर्म पेव्हर, काँक्रीट बॅचिंग प्लांट, कर्ब लेईंग मशीन, क्रशर विथ फीडर, कोन क्रशर, व्हायब्रेटरी टॅन्डम रोलर, वॉटर टँकर, मुव्हेबल टेंट, काँक्रीट कटिंग मशीन, मल्टी ॲक्सल हेव्ही डम्पर, वॅगन ड्रील यांचा समावेश होता.

रस्ता बनवताना सर्व प्रथम मुरमाची भरणी त्यानंतर ५०० मिमी सबग्रेड, १५० मिमी ग्रॅन्युलर सबबेस, ७५ मिमी वेट मिक्स मॅकडम, १५० मिमी ड्राय लीन काँक्रीट (DLC – M 10 Grade) आणि सर्वात वर ३५० मिमी जाडीचे पेव्हमेंट क्वालिटी काँक्रीट (PQC – M 40 Grade) असे एकावर एक थर होते. काँक्रीटसाठी बसाल्ट खडकाची खडी, क्रश सँड, ओपीसी सिमेंट, शुद्ध पाणी, सुपर प्लास्टिसायझर, वॉटर एन्ट्रेनिंग एजंट वापरण्यात आले. पेव्हरच्या साहाय्याने काँक्रीटचा रस्ता बनवताना तो एकसंध असतो. परंतु काँक्रीट कालांतराने आकुंचन आणि प्रसरण पावून पृष्ठभागावर तडे पडण्याची शक्यता असते. त्यासाठी सलग काँक्रीटमध्ये प्रत्येकी ४.५ मीटर अंतरावर अंतर्गत स्टील टाकावे लागते. त्याजागी काँक्रीटचे कटिंग करून सांध्यांमध्ये सीलंट भरले

जाते. शेवटी पृष्ठभागाचे क्युरिंग, टेक्स्चरिंग केले जाते. अद्ययावत पेव्हरच्या साहाय्याने प्रती दिन एक किलोमीटर रस्त्याचे कॉंक्रीट करता येते.

मार्गावरील बोगदे

या मार्गावर भातान, मडप, खंडाळा, कामशेत १ आणि कामशेत २ या ठिकाणी बोगदे आहेत. प्रत्येक बोगद्याचे दोन स्वतंत्र मार्ग असून एकूण लांबी अंदाजे ५.७ किलोमीटर भरते. रुंदी १७ मीटर आणि उंची ९.८ मीटर भरते. सर्वात जास्त १ किमी लांबीचा बोगदा भातान आणि कामशेत येथील आहे. बोगदे बनवण्यासाठी एकूण २००० मिलियन खर्च आला. त्यासाठी ड्रिलिंग अँड ब्लास्टिंग तंत्रज्ञान वापरले.

आयआयटी पवईने बोगद्याच्या मार्गाचे सर्वेक्षण केले. त्या वेळी कठीण खडकातही भेगा, तडे, लाव्हा रस, झीज आढळली. बोगद्याचे काम अनुभवी कोकण रेल्वे कॉर्पोरेशनने काम पूर्ण केले. बोगदे बनवताना खडक फोडणे, रॉक बोल्टिंग, स्टील फायबर शॉटक्रीट, स्टील शटरिंग करावे लागले. दोन्ही बाजूने खोदकाम करून मध्यभागी बोगदे जोडण्यात आले. सर्व बोगद्यात व्हेंटिलेशन, लायटिंग, फायर फायटिंग, स्पीड इंडिकेशन, सीसीटीव्ही यंत्रणा बसवल्या आहेत. भातान टनेलमध्ये आपत्कालीन मार्ग असून एका टनेल मधून दुसरीकडे जाता येते. चोवीस तास उजेडासाठी अखंडित वीजपुरवठा आणि जनरेटरची सुविधा आहे. २००२ मध्ये नवीन द्रुतगती मार्ग पूर्ण झाल्यावर दोन्ही शहरांमधील अंतर कमी होऊन प्रवासाचा वेळ वाचला आणि मौल्यवान इंधनाचीसुद्धा बचत झाली. अशा रीतीने भारतातील पहिला सहापदरी कॉंक्रीटचा द्रुतगती महामार्ग पूर्ण झाला.

या मार्गाचे २००९ मध्ये यशवंतराव चव्हाण द्रुतगती मार्ग असे नामकरण झाले. गेल्या काही वर्षांत वाहनांची वाढती संख्या, वेगमर्यादेचे उल्लंघन, लेनची शिस्त न पाळणे, अतिरिक्त वजनाचे ट्रक, अवैध पार्किंग, अकुशल चालक यामुळे हा मार्ग सदैव वाहतुकीच्या कोंडीत सापडत आहे. महामार्गावर दररोज अंदाजे ५० हजार वाहने दुतर्फा धावतात. सुटीच्या दिवशी वाहनांचा उच्चांक असतो. शासनाला टोलमधून २.५ कोटी रुपये दररोज मिळतात. सध्या लोणावळा ते खोपोली दरम्यान असणाऱ्या दोन टनेल आणि दरीपुलाचे काम अंतिम टप्प्यात आले आहे. हे काम पूर्ण झाल्यावर मुंबई ते पुणे अंतर अजून ६ किलोमीटरने कमी होईल. प्रवासाच्या वेळेत २५ मिनिटांची बचत होऊन वाहतूककोंडी आणि अपघात कमी होण्यास मदत होईल.

•••

मिलाऊ
सर्वात उंच दरीपूल

फ्रान्सची राजधानी पॅरिसहून स्पेनमधील बार्सिलोना शहराकडे जाणाऱ्या पर्यटकांना एकेकाळी घाट वळणांचा रस्ता आणि मिलाऊ शहरातील अरुंद दगडी पूल पार करण्याशिवाय गत्यंतर नव्हते. हा दगडी पूल तार्न नदीवर असून, लगत विस्तीर्ण दरीखोरे होते. मिलाऊचे (Millau) स्थानिक आणि पर्यटक यांना वाहतूक कोंडी, वेळ आणि इंधनाचा अपव्यय नित्याचा बनला होता. १९८०च्या सुमारास फ्रान्स प्रशासनाने यातून मार्ग काढण्यासाठी पर्यायी मार्गाची योजना आखली.

दोन्ही रस्त्यांकडून येणारा मार्ग तार्न नदीजवळ असणाऱ्या दरीपाशी येऊन एकमेकांना मिळत होता. आता तेथे दरीपूल बांधण्याशिवाय गत्यंतर नव्हते. या महत्त्वाच्या प्रकल्पासाठी प्रशासनाने जगातील नामवंत वास्तुरचनाकार आणि संरचनाकार यांना आमंत्रण पाठवले. हाँगकाँगमधील मोठा विमानतळ बांधण्याचा अनुभव असणारे नॉर्मन फॉस्टर यांची वास्तुरचनाकार म्हणून निवड झाली. संरचनाकार होते मिशेल व्हिलोव्हर, ज्यांनी फ्रान्समधील सर्वात मोठ्या नॉर्मंडी केबल स्टे ब्रीजची संरचना केली होती.

दोघांनी नदी आणि दरीचे सौंदर्य अबाधित राखण्याचे ठरवले; परंतु त्यासाठी त्यांना आव्हान होते, सर्वात उंचीचा आरसीसी कॉलम बांधण्याचा. त्याचप्रमाणे ३६ हजार टन वजनाची स्टील डेक स्लॅब आणि ७०० टन वजनाचे सात पायलॉन यांची उभारणी जमिनीपासून शंभराहून अधिक मीटर उंचीवर करण्याची.

रचना आणि संरचना

दरी पुलाची आयुष्य मर्यादा १२० वर्षे ठरवण्यात आली. रचना आणि संरचना केल्यावर अंदाजे अडीच किलोमीटर लांबीच्या दरी पुलाच्या आधारासाठी ७५ ते २३५ मीटर उंचीचे कॉंक्रीट कॉलम बांधावे लागणार होते. उत्तरेकडील पहिला कॉलम तीव्र उतारावर, दुसरा सर्वाधिक उंचीचा, तिसरा नदी ओलांडून आणि उर्वरित दक्षिणेकडील चढावावर उंची कमी कमी होत जाणारे होते. ऑक्टोबर २००१ मध्ये पाया बनवण्याचे काम सुरू झाले. गोलाकार पाईल, राफ्ट आणि त्यावर कॉंक्रीट कॉलम उभारले जाणार होते. पाया आणि कॉलमसाठी २ लक्ष टन कॉंक्रीट लागणार होते. प्रत्येक कॉलमसाठी स्वतंत्र टीम रात्रंदिवस कार्यरत होती. प्रकल्प चार वर्षांत पूर्ण करण्याचे उद्दिष्ट होते. अथवा प्रतिदिन ३० हजार डॉलर भरण्याचा दंड सोसावा लागणार होता. सभोवतालचा चुनखडक ठिसूळ आणि त्यामध्ये पोकळी असल्याने प्रतिकूल वातावरणात तो खडक कधीही कोसळण्याची भीती होती आणि ही शक्यता खरी ठरली.

एके दिवशी पहिल्या कॉलमच्या जवळच ४ हजार घनमीटर खडक कोसळला. सुदैवाने कॉलम सुरक्षित राहिला. तातडीने सर्व खडकाला लोखंडी जाळी आणि अँकर फास्टनरचा आधार देऊन सुरक्षित करावे लागले. प्रत्येक कॉलमवर जाताना निमुळता आणि वरील भागात दुभागला होता. त्यासाठी कॉलमचे फॉर्मवर्क प्रत्येक चार मीटर उंचीनंतर बदलावे लागत होते. कॉलमची चार मीटर उंचीची लिफ्ट पूर्ण करण्यास अभियंत्यांना तीन दिवस लागत होते. सर्व कॉलमची एकूण उंची अंदाजे एक किलोमीटर भरली आणि फॉर्मवर्कचा आकार २५० वेळा बदलावा लागला. टॉवर क्रेन, सेल्फ क्लाइंबिंग फॉर्मवर्क, कॉंक्रीट बॅचिंग प्लांट, जीपीएस सर्वेक्षण यांच्या मदतीने सर्व कॉलम आपापल्या उंचीपर्यंत सुरक्षितपणे पोचले. उत्तरेकडील दोन नंबरचा २३५ मीटर उंचीचा कॉलम जगातील सर्वात उंच कॉलम आहे.

स्टील डेक स्लॅब

पॅरिसचा आयफेल टॉवर बनवणाऱ्या आयफेज कंपनीकडे स्टील डेक स्लॅब बनवण्याचे कंत्राट होते. स्टील डेक स्लॅब २७ मीटर रुंद आणि ४ मीटर उंचीचा होता. त्यासाठी २५ ते ८० मिलिमीटर जाडीचा पत्रा वापरून बॉक्स गर्डर तयार करावे लागणार होते. आयफेज फॅक्टरीमध्ये प्लाझ्मा गॅस कटिंग मशीन, वेल्डिंगसाठी यंत्रमानव म्हणजेच रोबोट, स्वयंचलित ट्रेलर, मोजमापासाठी लेझर टॅकोमीटर अशा आधुनिक तंत्रज्ञानाच्या मदतीने दोन हजार विविध आकारांपासून गर्डर बनवण्याचे काम सुरू झाले. या ठिकाणी २८ हजार अंश सेल्सिअस तापमानाची ज्योत असणारी प्लाझ्मा यंत्रणा प्रति मिनिटाला दोन मीटर लांबीचा पत्रा अचूकपणे कापत होती. फॅक्टरीतील ४० ते ९० टन वजनाचे तयार झालेले भाग प्रत्यक्ष कामावर आणताना स्थानिक वाहतूक पोलिस यंत्रणेने मदत केली. दरीच्या उत्तरेला ७१७ मीटर आणि दक्षिणेला १७४३ मीटर लांबीचा डेक स्लॅब आवकाशात जोडला जाणार होता. तात्पुरत्या उभारलेल्या फॅक्टरी शेडमध्ये क्रेन, वेल्डिंग, ब्रेझिंग, रंगकाम इत्यादी साहाय्याने १७१ मीटर लांबीचे बॉक्स गर्डर तयार करण्यात आले. फेब्रुवारी २००३ मध्ये दोन काँक्रीट कॉलममध्ये तात्पुरत्या आधारासाठी स्टील स्कॅफोल्डिंग असणारे कॉलम, क्रेन आणि टेलिस्कोपिक पद्धतीने उभारण्यात आले. संगणक प्रणाली बसवलेल्या हायड्रोलिक यंत्रणेच्या मदतीने प्रति मिनिटाला १५० मिलिमीटर गतीने दोन्ही बाजूने स्टील डेक स्लॅब हळूहळू पुढे ढकलण्यात सुरुवात झाली. या वेळी वाऱ्याचा वेग अंदाजे १३० किलोमीटर प्रति तास होता. डेक स्लॅब काँक्रीट कॉलम जवळून पुढे जाताना उचलली जाणारी यंत्रणा कॉलमवर बसवली होती. संपूर्ण दरी पुलाची प्रतिकृती बनवून प्रयोगशाळेत त्याची विंटर टनेल टेस्ट यशस्वीरीत्या करण्यात आली. स्लॅबच्या पुढील भागात जीपीएस बसवल्याने तात्त्विक आणि प्रत्यक्ष अंतरातील फरक किती आहे हे अभियंत्यांना समजत होते.

अवकाशात जोडणी

प्रकल्पासाठी महत्त्वपूर्ण असणारा ४ मे २००४ चा दिवस उजाडला. तार्न नदीच्या मध्यभागी अवकाशात डेक स्लॅब एकमेकांना जोडण्याचा क्षण आला होता. जगातील साऱ्या माध्यमांचे लक्ष याकडे लागले होते. फक्त एक सेंटिमीटर म्हणजेच ९९.९९ अचूकतेने एकूण ३६ हजार टन वजनाची डेक स्लॅब अवकाशात एकमेकांना जोडली गेली. स्लॅब आणि कॉलम यामध्ये गोलाकार बेअरिंग बसवण्यात आली. डेक स्लॅब पूर्ण झाल्यावर पुलाच्या मध्यभागी असणाऱ्या कॉलम जवळ ९० मीटर उंची आणि ७०० टन वजनाचे पायलॉन म्हणजेच टॉवर उभारण्यात आले. त्यांना दोन्ही बाजूने ताणलेल्या केबलचा आधार देण्यात आला. पुलाच्या दोन्ही बाजूला विंडस्क्रीन बसवून अस्फाल्ट काँक्रीट करण्यात आले. आता फक्त पुलाची वजन पेलण्याची क्षमता तपासणे बाकी होते. त्यासाठी एकूण ९०० टन वजन भरणारे २८ ट्रक पुलाच्या मध्यभागी आणून चाचणी परीक्षा घेण्यात आली. या वेळी डेक स्लॅब फक्त २६ सेंटिमीटरने वाकली. संरचनाकाराने ठरवलेली चाचणी परीक्षा उत्तीर्ण झाली. प्रकल्प पूर्ण होण्यासाठी ३९ महिन्यांचा कालावधी आणि ३१ कोटी युरो खर्च आला. कॉलमच्या अंतर्भागात विद्युत आणि दूरसंचार यंत्रणा बसवली असून, देखभालीसाठी वरपर्यंत शिडी बसवली आहे. पुलावरील दोन लेन वाहनांसाठी असून एक लेन इमर्जन्सीसाठी आहे. दरी पुलावर ॲम्ब्युलन्स, पोलिस, सीसीटीव्ही यंत्रणा २४ तास सज्ज आहेत. १४ डिसेंबर २००४ रोजी फ्रान्सच्या तत्कालीन पंतप्रधानांनी पुलाचे उद्घाटन करून त्याचे लोकार्पण केले. नवीन दरी पुलाने पूर्वीचे पॅरिस बार्सिलोना अंतर ६० किलोमीटरने कमी होऊन वेळेची दीड तासाची बचत झाली. आज या दरी पुलावरून प्रतिदिन अंदाजे पन्नास हजार वाहने सात युरो टोल भरून हवाईसफारीचा आनंद घेत आहेत.

•••

बांद्रा - वरळी सी लिंक

बांद्रा-वरळी सी लिंकची लांबी ५.६ किलोमीटर आहे. हा सागरी सेतू आठपदरी असून, मुंबईचा पश्चिम आणि दक्षिण भाग यामुळे जोडला जातो. आज या पुलाची लांबी देशातील चतुर्थ स्थानावर गणली जाते. हा पूल बांधताना केबल स्टे, प्रीस्ट्रेस काँक्रीट, स्टील यांचा एकत्रित वापर करण्यात आला आहे. पुलाचे पहिले चार पदर ३० जून २००९ रोजी लोकांना वाहतुकीसाठी खुले झाले. उर्वरित २४ मार्च २०१० रोजी पूर्ण होऊन त्याचे लोकार्पण झाले.

सी लिंक पूर्ण झाल्यावर बांद्रा ते वरळी पूर्वीचे अंतर पार पडण्यासाठी लागणारा वेळ निम्याने कमी झाला. या पुलावरून सध्या दररोज अंदाजे ३७ हजार वाहने मार्गस्थ होत आहेत. या प्रोजेक्टचे काम हिंदुस्थान कन्स्ट्रक्शन कंपनीने पूर्ण केले. १९९९ मध्ये पुलाचे भूमिपूजन झाले. प्रकल्पाचा कालावधी पाच वर्षाचा होता. प्रोजेक्टचा सुरुवातीचा खर्च ६६० लाख म्हणजे आठ कोटी ८० लाख अमेरिकन डॉलर होता. प्रकल्प चालू केल्यावर अनेक अडचणी समोर आल्या. हा कालावधी अजून तितकाच लांबून खर्च एक हजार ६०० कोटी झाला.

प्रत्यक्ष आव्हाने

प्रोजेक्ट करताना फ्लायओव्हर, इंटरसेक्शन, ॲप्रोच रोड, केबल स्टे ब्रीज अशी विभागणी करण्यात आली. प्रोजेक्ट सुरू करण्याआगोदर समुद्रतळाचे भूस्तर सर्वेक्षण करण्यात आले. या ठिकाणी बेसाल्ट हा ज्वालामुखीतून बाहेर पडलेल्या राखेपासून बनलेला खडक आणि स्तरित खडक आढळले. या खडकाचा पृष्ठभाग झिजलेल्या अवस्थेत होता. थोडक्यात, खडकांच्या ताकदीत विविधता आढळली. सर्वात वरती ९ मीटर उंचीचा समुद्री

वाळूचा थर होता. पुलाची संरचना करताना भूकंप प्रतिकारक पद्धतीचा वापर करण्यात आला. पायासाठी पाइल फाउंडेशन करण्यात आले. केबल स्टे पुलासाठी ६.५ फूट व्यासाच्या १२० काँक्रीट पाईल्स घेण्यात आल्या. उर्वरित पुलासाठी अंदाजे ५ फूट व्यासाच्या ४८४ काँक्रीट पाइल्स घेण्यात आल्या. असे काम करताना भरती आणि ओहोटीचा अभ्यास करावा लागतो, नाहीतर समुद्री लाटांचा सामना करावा लागतो. या एकूण ६०४ पाइल्सची खोली ६ मीटरपासून ३४ मीटर खोल अंतरापर्यंतच्या खडकामध्ये होती. केबल स्टे ब्रीजवरील काँक्रीट पायलॉनची उंची ४२० फूट भरते. ऑस्ट्रियातील डोका कंपनीचे स्वयंचलित फॉर्मवर्क यासाठी वापरले. प्रीकास्टचे सेग्मेंट लगतच्या यार्डमध्ये बनवण्यात आले. एकूण २३४२ सेग्मेंटचे कास्टिंग, क्यूरिंग, स्टोअरिंग, हँडलिंग यार्डमध्ये करण्यात आले.

पुलाचे मुख्य तीन भाग आहेत. उत्तरेकडील व्हायडक्ट, मध्यभागी असणारा केबल स्टे ब्रीज आणि दक्षिणेकडील व्हायडक्टचे स्पॅन ५० मीटरपासून २५० मीटरपर्यंत आहेत. केबल स्टे ब्रीजच्या दोन्ही बाजूला एकूण ३०० मीटर भरणारे ५० मीटर अंतराचे सलग सहा स्पॅन आहेत. प्रत्येक स्पॅनच्या शेवटी एक्सपान्शन जॉइंट आहे. दीड मीटर व्यासाच्या चार पाईल्स आणि त्यावर कॅप असा पाया आहे. त्यावर डिस्क टाईप बेअरिंगचा वापर केला आहे.

प्रीकास्ट तंत्रज्ञान

कॉंक्रीटच्या पीअरवर प्रीकास्टचे आरसीसी सेग्मेंट एकमेकांना जोडून त्यांना पोस्ट टेन्शन करण्यात आले. सेग्मेंटचे वजन अंदाजे १४० टन आणि लांबी १० फूट होती. सेग्मेंट जोडण्यासाठी मोठी क्रेन आणि ईपॉक्सी वापरले. शेवटचा पीअर जवळील सेग्मेंट जागेवर कास्ट करण्यात आला. मध्यभागी असणाऱ्या केबल स्टे ब्रीजची बांद्रे बाजूकडील लांबी ६०० मीटर आहे. याला २५० मीटरचे दोन मुख्य केबल आधारित स्पॅन आहेत. मध्य टॉवरची उंची पाईल कॅपपासून १२८ मीटर उंच आहे. अनेक ताणलेल्या केबल्सच्या साहाय्याने त्याला आधार दिला आहे. वरळी बाजूच्या स्टे ब्रीजची लांबी २५० मीटर असून १५० मीटरचा एक मुख्य स्पॅन आहे. मध्य टॉवरची उंची पाईल कॅपपासून ५५ मीटर उंच आहे. ब्रीजच्या दोन्ही बाजूने सहा मीटर अंतरावर अनेक केबल्सचा आधार दिला आहे. पुलावर प्रकाशयोजना, टोल नाका, सीसीटीव्ही कॅमेरे, फास्टटॅग, वाहन वर्गीकरण आणि मोजणी, दूरसंचार, आपत्कालीन यंत्रणा, बॉम्बशोधक यंत्रणा, वेधशाळा माहिती यंत्रणा बसवल्या आहेत. पुलावर सायकल, दुचाकी, तीनचाकी, पादचारी, पाळीव प्राणी यांना येण्यास मज्जाव आहे.

बांद्रा-वरळी सी लिंकने मुंबई महानगराच्या वैभवात भर घातली आहे. या सी लिंकविषयी अनेकांना आकर्षण असते. एकदा तरी या मार्गावरून प्रवास करावा, अशी इच्छा होते. प्रत्यक्षात तो प्रवास करताना मिळणारा आल्हाददायक आनंद काही वेगळाच असतो. आपणही एकदा हा प्रवास करायला हरकत नाही.

•••

सप्ततारांकित : बुर्ज अल् अरब

आखाती देशातील सदैव अग्रस्थानी असणारे नाव म्हणजे दुबई. १९९३च्या काळात आपल्या देशातील आर्थिक व्यवस्थेचे मुख्य स्त्रोत असणारे खनिज तेलाचे साठे भविष्यात कधी ना कधी तरी संपणार आहेत, याची जाणीव तत्कालीन राजे शेख महंमद बीन रशीद यांना झाली. देशाचा आर्थिक डोलारा सांभाळण्यासाठी दुबईला जगातील सर्वात मोठे पर्यटनस्थळ बनवण्याचा संकल्प करून विकासाच्या दिशा त्यांनी निश्चित केल्या. जगातील श्रीमंत पर्यटकांना आकृष्ट करण्यासाठी तशाच थाटाचे भव्यदिव्य बुर्ज अल् अरब (Burj Al Arab) हे हॉटेल दुबईत बांधण्याचे ठरविले.

रचना आणि संरचना

ब्रिटिश वास्तुरचनाकार टॉम राईट यांनी दुबईत हॉटेल बांधण्याचे आव्हान स्वीकारले. दुबईत सन-सी-सॅन्ड म्हणजेच सूर्यप्रकाश, समुद्र आणि वाळू यांची कमतरता नाही. याच गोष्टींचा नेमका उपयोग टॉम राईट यांनी आपल्या वास्तुरचनेत करण्याचे ठरवले. विविध रचना केल्यानंतर पाण्यात तरंगणाऱ्या शिडाच्या जहाजाशी साधर्म्य असणारी वास्तुरचना अंतिम केली. दुबईस्थित जुमेरा समूह विकसक असल्याने हॉटेलची जागा जुमेरा बीचवर निवडली गेली. बीचवर हॉटेलची उभारणी करणे अभियंत्यांना सोपे होते, परंतु तेथे जहाज पाण्यात तरंगण्याचा आभास निर्माण होत नव्हता. त्यासाठी हॉटेलची जागा बीचपासून २८० मीटर अंतरावर भर समुद्रात नेण्याचे ठरवले. ही आगळीवेगळी कल्पना सर्वांनाच आवडली. त्यासाठी येणारा अधिक खर्च आणि बांधकामातील आव्हाने स्वीकारण्याचे दुबई प्रशासन, विकसक, वास्तुरचनाकार आणि अभियंत्यांनी ठरवले. अशा प्रकारे

समुद्रातील कृत्रिम बेटावरील जगातील तृतीय क्रमांकाचे ३२१ मीटर उंची असणारे बुर्ज अल अरब हॉटेल बांधण्याची मुहूर्तमेढ रचली गेली.

आव्हानात्मक पाया

समुद्रातील कृत्रिम बेट करण्यासाठी १९९४ मध्ये चहूबाजूने लोखंडी शीट पायलिंग करून अंतर्गत वाळूच्या भरावास सुरुवात झाली. बाह्य भागात मोठ्या खडकांची संरक्षक भिंत बनणार होती. बेटाचे काम चालू असतानाच दुबईत आलेल्या शिमॉल वादळाने पूर्वी झालेले काम काही क्षणात उद्ध्वस्त केले. निसर्गाची ताकद किती प्रचंड असते याचा प्रत्यय सर्वांना आला. पुन्हा पहिल्यापासून कामाची सुरुवात करावी लागली. संरचनाकर माईकमन निकोलस यांनी या वेळी वाळूचा भराव, खडकांची भिंत आणि त्याबाहेर समुद्री लाटांपासून बचाव करण्यासाठी हॉलो कॉंक्रीट ब्लॉक्स अशी संरचना केली. पाणबुड्यांनी समुद्राच्या तळापासून ७ मीटर उंचीची संरक्षक भिंत बांधून कृत्रिम बेट तयार केले, परंतु याच वेळी समुद्राचे पाणी अडवल्यामुळे बाह्य भागात पाण्याचा दाब वाढून बेटाच्या तळातून पाण्याचा शिरकाव होण्यास सुरुवात झाली.

हा प्रवाह वेळीच रोखला नसता तर संपूर्ण बेट पुन्हा उद्ध्वस्त झाले असते. त्यासाठी खोलवर सिमेंट प्रेशर ग्राउटिंग करण्यात आले आणि खऱ्या अर्थाने बेट सुरक्षित बनले. बेटाच्या मध्यभागी शीट पायलिंग करून त्रिकोणी कॉफर डॅम बनवण्यात आला. त्याच्या अंतर्भागात हॉटेलचा पाया बनणार होता. या ठिकाणी खोलपर्यंत फक्त वाळूचे नमुने आढळले, कोठेही कठीण खडक आढळला नाही. पाया बनवण्यासाठी दीड मीटर व्यास, ४५ मीटर खोली असणाऱ्या एकूण २५० स्किन फ्रिक्शन पाइल आणि त्यावर आरसीसी राफ्ट करण्यात आला. पायाच्या वरील भागात आरसीसी कॉलम, बीम,

प्रीकास्ट स्लॅब, स्ट्रक्चरल स्टील फ्रेमवर्क, आधारासाठी डायगोनल ट्रस (कर्ण आकारातील आधार) अशी संरचना होती.

ट्रसचे वजन १६५ टन आणि लांबी ८५ मीटर होती. त्यांना फॅक्टरीमधून प्रत्यक्ष कामावर आणण्यासाठी ८० टायर्स असणारा ट्रेलर वापरण्यात आला. बांधकाम साहित्याची इतकी अवजड वाहतूक दुबईच्या रस्त्यावरून यापूर्वी कधी झाली नव्हती. क्रेनच्या साहाय्याने वजनदार ट्रस जमिनीवरून उचलून जागेवर बसवणे शक्य नव्हते. त्यासाठी सिंगापूरहून स्पेशल लिफ्टिंग गिअर यंत्रणा मागवण्यात आली. दुबईत दिवस आणि रात्रीच्या तापमानातील फरक अनेकदा १४ अंश सेल्सिअस असतो. ज्यामुळे स्टील आकुंचन आणि प्रसरण पावते. त्यासाठी ट्रसमध्ये जोडणीच्या जागी ५ सेंटिमीटर अधिक अंतर, वॉशर आणि स्टील पिनचा वापर करण्यात आला. वादळी वाऱ्याचा सामना करण्याची ताकद तपासण्यासाठी हॉटेलची प्रतिकृती बनवून विंड टनेल टेस्ट घेण्यात आली. त्याचे निष्कर्ष तितकेसे समाधानकारक नव्हते. यावर मात करण्यासाठी विंड इंजिनिअर व्होल्कर बुल्गरेट (Volker Bulgreit) यांनी बाह्य भागातील स्टील फ्रेमवर्कमध्ये विशिष्ट ११ जागी पाच टन वजनाचे ट्यून मास डॅम्पर्स बसवले. वाऱ्यामुळे निर्माण होणारी कंपने हे डॅम्पर्स शोषतात. स्वतः हलतात, परंतु इमारत मात्र सुरक्षित राहते.

प्रत्यक्ष आव्हाने

जहाजाच्या शिडाचा आकार तयार करण्यासाठी पांढऱ्याशुभ्र ताणलेल्या व्होवन ग्लास फायबरचा पडदा भिंतीसारखा वापरण्यात आला. टेफ्लॉनच्या दोन थरांचे आवरण दिल्याने त्याची ताकद वाढली. पांढरा रंग उष्णता परावर्तित करतो आणि अंतर्भाग थंड राहतो. विद्युतीकरणाचे काम चालू असताना राजे शेख रशीद यांनी अचानक भेट देऊन सूटमधील इलेक्ट्रॉनिक कंट्रोल असणाऱ्या उपकरणांच्या संख्येत वाढ करण्याची सूचना केली. परंतु त्यामुळे एकूण विद्युतभार मोठ्या प्रमाणात वाढणार होता. वापरलेल्या केबल अचानक बदलणे त्या वेळी शक्य नव्हते आणि तशाच ठेवल्या तर कदाचित आगीने जळून जाण्याची शक्यता होती.

प्रमुख विद्युत अभियंता रॉब रुझ यांनी सर्व मजल्यावर हार्मोनिक फिल्टर (अतिरिक्त विद्युत कंपने गाळण प्रक्रिया) बसवून अतिरिक्त विद्युतभार नियंत्रित आणि सुरक्षित केला. हॉटेलच्या बांधणीसाठी ७० हजार घनमीटर काँक्रीट, ९ हजार टन लोखंड, १२ हजार टन स्ट्रक्चरल स्टील, २४ हजार चौरस मीटर मार्बल, २ हजार चौरस मीटर सोन्याचा पत्रा, ३५ हजार चौरस मीटर ॲल्युमिनियम पत्रा, २८ हजार दिवे आणि ४३ हजार चौरस मीटर काचेचा वापर करण्यात आला. अशा प्रकारे जगातील पहिले सप्ततारांकित हॉटेल १९९४ ते १९९९ या कालावधीत ६५ कोटी अमेरिकन डॉलर खर्चून दुबईत निर्माण झाले.

अंतर्गत सजावट

हॉटेलच्या अंतर्भागात प्रवेश करताक्षणी १८० मीटर उंचीच्या इंद्रधनुषी रंगातील दर्शनी हॉलवर नजर खिळते. तेथील सोनेरी आवरणातील कॉलम, ४२ मीटर उंचीचे कारंजे, धबधबा, सरकते जिने, वेगवान लिफ्ट, भारतीय गालिचे, भव्य मत्स्यालय सर्वच अचंबित करणारे आहे. प्रत्येक मजल्यावर स्वतंत्र स्वागतकक्ष आहे. हॉटेलमध्ये एकूण २०२ दुमजली सूट आहेत. यामध्ये १४२ वन बेडरूम, २८ टू बेडरूम, १८ स्पेशल डेकोरेशन, चार क्लब, सहा परराष्ट्र कार्यसंबंधित, दोन अध्यक्ष संबंधित आणि २ रॉयल सूट आहेत. सर्वात लहान सूट १८०० चौरस फूट आणि रॉयल सूट ८४०० चौरस फुटांचा आहे. प्रत्येक सूटमध्ये झाकुझी, रेन शॉवर, प्लाझ्मा टीव्ही, लॅपटॉप, स्कॅनर, इंटरनेट, वायफाय, रिमोट कंट्रोल पडदे, १४ फोन कनेक्शन्स आणि २४ तास आतिथ्य सेवा उपलब्ध

आहे. रॉयल सूटचे एकदिवसीय भाडे अंदाजे १२ लाख रुपये आहे. रॉयल सूटमध्ये सरकता जिना, सिनेमा हॉल, लायब्ररी, हेल्थ क्लब, स्वीमिंग पूल इत्यादी सुविधा आहेत. हॉटेलच्या दुसऱ्या मजल्यावर अल् महारा रेस्टॉरंट बार आणि लगत मत्स्यालय आहे.

इमारतीच्या १८व्या मजल्यावर सर्वांसाठी हेल्थ क्लब, मसाज, ॲम्फी थिएटर, लायब्ररी, स्वीमिंग पूल, प्रार्थना हॉल आहे. अल् मंताहा हे जमिनीपासून आधार नसलेले हवेतील अधांतरी कॅन्टिलिव्हर रेस्टॉरंट २७ व्या मजल्यावर आहे. तेथून पाम सिटी, वर्ल्ड आयलंड आणि अथांग अरबी समुद्राचे विहंगम दर्शन घडते. प्रत्येक रूम चेक इनसाठी पर्यटकांना २४ कॅरेट सोन्याचे कव्हर असलेले आयपॅड दिले जाते. हॉटेलच्या २१२ मीटर उंचीवर हेलिपॅड असून, पर्यटकांना विमानतळ ते हॉटेल अशी रोल्स राईस कार सेवा अथवा हेलिकॉप्टरची सुविधा आहे. पर्यटनाने देशाचा विकास कसा घडतो हे दुबईने साऱ्या जगाला दाखवून दिले आहे.

•••

वाळवंटात बहरलेले मिरॅकल गार्डन

स्मार्ट सिटीच्या निमित्ताने शहरातील उद्यानांचे नूतनीकरण आणि नवनिर्मिती करण्याची मोठी संधी शहर प्रशासनाला उपलब्ध होत असते. स्थानिक नागरिक आणि पर्यटकांना आकृष्ट करणारे वेगळे स्वरूप उद्यानांना त्यासाठी आपणास द्यावे लागते. गेल्या काही वर्षांत मलेशिया, सिंगापूर, कंबोडिया, थायलंड, युरोपीय देशांनी आपल्याला शहरातील ऐतिहासिक वास्तूंचे संवर्धन आणि जतन करून पर्यटन क्षेत्रातील आपले स्थान बळकट केले. परंतु कोणत्याही गोष्टी नसताना पर्यटन क्षेत्रातील दुबईने केलेली आजची प्रगती आश्चर्यकारक आहे.

गार्डनची संकल्पना

दहा वर्षांपूर्वीच दुबईच्या राज्यकर्त्यांना जाणवले, की आपल्याकडील तेलाचे साठे भविष्यात कधी ना कधी संपणार आहेत. तेव्हापासून आपला देश पर्यटनासाठी सक्षम बनवण्यासाठी योग्य पावले उचलण्यास त्यांनी सुरुवात केली. काही कालावधीत देशाच्या पायाभूत सुविधांचे बळकटीकरण केले. अथक परिश्रमाने दुबईला पर्यटनासाठी साऱ्या जगाचे केंद्रबिंदू बनवले. देशात स्थानिक आणि पर्यटकांसाठी येथे अनेक शॉपिंग मॉल आणि पर्यटनस्थळे विकसित केली. कमतरता होती फक्त एका आगळ्यावेगळ्या भव्य उद्यानाची. खरे तर दुबई हा आखाती प्रदेशातील रखरखीत उष्ण हवामानाचा वाळवंटी प्रदेश. वर्षाकाठी पावसाचे प्रमाण अगदीच नगण्य, परंतु अशा प्रतिकूल वातावरणातही येथे साकार झाले आहे नेत्रदीपक मिरॅकल गार्डन. पर्यटकांना हे गार्डन पाहिल्यावर वाळवंटात ओॲसिस सापडावे तसा आनंद अनुभवण्यास येत आहे.

गार्डनचे नियोजन

'व्हॅलेंटाइन डे'च्या मुहूर्तावर २०१३मध्ये मिरॅकल गार्डनच्या कामाचा शुभारंभ झाला. त्यासाठी मध्यवर्ती भागात दुबई लँड येथे अंदाजे ७ लाख २१ हजार चौरस फूट जागा विकसित करण्यात आली. फक्त दोन महिन्यांच्या कालावधीत ४०० मजुरांच्या अथक परिश्रमातून मिरॅकल गार्डनची निर्मिती झाली. उद्यानासाठी ४ कोटी दिर्रम म्हणजे अंदाजे ६० कोटी रुपये खर्च आला. उद्यानाची निर्मिती दोन टप्प्यांत करण्यात आली. पहिल्या टप्प्यात मुख्य उद्यान तर दुसऱ्या टप्प्यात पहिल्या भागाचे विस्तारीकरण म्हणजेच बटरफ्लाय गार्डन, रिटेल फ्लोअर आणि बहुमजली कार पार्किंग अशा सुविधा करण्यात आल्या. २०१३च्या ऑक्टोबरमध्ये सर्व काम पूर्ण झाले. या गार्डनची रचना गोलाकार असून, परीघ जवळजवळ एक किलोमीटर लांबीचा आहे. अंर्तभागात चार किलोमीटर लांबीचा पदपथ असून, विविध प्रकारच्या चार कोटी फुलझाडांचे सुशोभीकरण करण्यात आले आहे. फुलझाडांच्या असंख्य रचना येथे पाहायला मिळतात. दर्शनी भागात स्वागतासाठी विविधरंगी फुलांनी सजवलेल्या अनेक भव्य कमानी उभारण्यात आल्या आहेत. त्या पाहताना त्रिमितीय पद्धतीचा भास होतो. संपूर्ण उद्यानातील लँडस्केपचे आकर्षक डिझाइन केले आहे. रंगीबेरंगी ताज्या टवटवीत फुलांपासून बनवलेले हार्ट, स्टार, इग्लू, अम्ब्रेला, पिरॅमिड, बुर्ज खलिफा, मोर, फ्लॉवर टनेल, डोम इत्यादी अनेक आकर्षक आकार येथे पाहायला मिळतात. फुलांनी सजवलेले येथील घड्याळ १३ मीटर व्यासाचे असून ते जगातील सर्वात मोठे समजले जाते. गार्डनमधील फुलांची भिंत सर्वात जास्त लांबीची गणली जाते. फुलांनी बनवलेला सर्वात मोठा पिरॅमिड येथे आहे. या सर्व आश्चर्यकारक गोष्टींची गिनीज बुकमध्ये नोंद झाली आहे. उद्यानाचा एक भाग विंटेज कार्स फुलांनी सजवला आहे. दुसऱ्या भागात भव्य कृत्रिम तळे आणि त्यात अनेक कारंजी आहेत. सायंकाळी या उद्यानाचे रूप

बदलते. त्या वेळी असणारी विद्युत रोषणाई अक्षरशः डोळ्यांचे पारणे फेडणारी असते. उद्यानात उपहार, स्वच्छता, स्नान आणि प्रार्थनागृहांची सुविधा आहे.

पाण्याची बचत

दरवर्षी ऑक्टोबर ते एप्रिल महिन्यापर्यंत गार्डन सर्वांसाठी खुले असते. त्यानंतर दुबईतील तीव्र उष्ण तापमानामुळे मे पासून सप्टेंबरपर्यंत पाच महिने बंद असते. परंतु याच कालावधीत आगामी वर्षीच्या नवीन रचनांची तयारी केली जाते. उद्यानात दरवर्षी फुलांच्या रचना केल्या जातात. फुले टवटवीत ठेवण्यासाठी आणि देखभालीसाठी प्रतिदिन अंदाजे ७ लाख लीटर पाण्याची आवश्यकता असते. यासाठी इकोफ्रेंडली इरिगेशन सिस्टिम अवलंबण्यात आली आहे. पाण्याचा पुनर्वापर करून ठिबक सिंचन पद्धतीचा वापर या ठिकाणी केला जातो. दिवस आणि रात्रीच्या तापमानातील बदलामुळे फुलझाडांना जास्त पाणी लागत नाही. गार्डन तयार करतानाच सूक्ष्म छिद्रे असणारी जाळी आणि पॉलिमर्सचा वापर केल्याने जमिनीत पाणी मुरते. दुबईत अनेक पर्यटनस्थळे आहेत, परंतु मिरॅकल गार्डनने यामध्ये आपले वेगळे स्थान निर्माण केले आहे. त्यामुळे उद्यानाच्या निर्मितीपासून दरवर्षी अंदाजे १० लाख पर्यटक या ठिकाणी भेट देत आहेत. भारतातही अशा प्रकारचे उद्यान नक्कीच विकसित करता येऊ शकते. आपल्याकडे सगळ्या गोष्टी उपलब्ध आहेत. कमतरता आहे ती सकारात्मक इच्छाशक्तीची. आपण विकासकामे करताना नवनिर्मिती करत असतो, परंतु वास्तूंची नियमितपणे देखभाल करण्याबाबत उदासीन असतो. आपल्याला स्मार्ट जीवनशैली हवी असेल तर विचारात बदल करावाच लागेल.

•••

स्टॅच्यू ऑफ युनिटी

जगातील सर्वात उंच पुतळा

जगातील विविध देशांत आजपर्यंत अनेक भव्यदिव्य पुतळे उभारण्यात आले आहेत. अमेरिकेतील 'स्टॅच्यू ऑफ ऑफ लिबर्टी' पुतळ्याची उंची ९३ मीटर आहे. चीनमधील गौतम बुद्धाच्या 'स्प्रिंग टेम्पल बुद्ध' नावाच्या पुतळ्याची उंची १५३ मीटर आहे. परंतु भारताने या पूर्वीचे सर्व विक्रम मोडले आहेत. सरदार वल्लभभाई पटेल यांचा स्टॅच्यू ऑफ युनिटी हा गुजरातमधील नर्मदेच्या पात्रातील पुतळा हा जगातला सर्वात मोठा पुतळा बनला आहे. या पुतळ्याची उंची १८२ मीटर झाली आहे. या 'स्टॅच्यू ऑफ युनिटी'ची उंची न्यूयॉर्कच्या 'स्टॅच्यू ऑफ लिबर्टी'च्या जवळपास दुप्पट आहे. गुजरातचे मुख्य शहर अहमदाबादपासून साधारण २०० किमी अंतरावर हे स्मारक उभारण्यात आले आहे. सरदार वल्लभभाई पटेल हे भारताचे पोलादी पुरुष म्हणून ओळखले जातात. १९४७ मध्ये देशाच्या स्वांतत्र्यप्राप्तीनंतर ते देशाचे पहिले उपपंतप्रधान आणि गृहमंत्री होते. देशातील ५६२ संस्थानांची एकजूट करून देशाला प्रजासत्ताक बनवण्यासाठीचे त्यांचे योगदान बहुमूल्य ठरले. त्यांच्या याच कार्याने प्रेरित होऊन पुतळ्याला 'स्टॅच्यू ऑफ युनिटी' हे नाव देण्यात आले.

पायाचे बांधकाम

गुजरातच्या वडोदरा जिल्ह्यात नर्मदा नदीतल्या साधू बेटावर सरदार सरोवर प्रकल्पाजवळ असणारा हा पुतळा स्थापत्यशास्त्रातील आजच्या काळातील चमत्कार म्हणता येईल. भव्यदिव्य वास्तू उभारताना त्याचा पाया

तितकाच भरभक्कम असावा लागतो. हा पुतळा ज्या पायावर आहे तो पाया २५ मीटर उंच असून पुतळ्याची उंची १६७ मीटर आहे. या दोन्हीची एकत्रित उंची १८२ मीटर होते. या प्रकल्पाची नियोजित किंमत २२३२ कोटी रुपये होती. प्रकल्प पूर्ण होण्यास ४२ महिन्यांचा कालावधी लागला. अंतिम खर्च ३००० कोटी झाला.

रचना आणि संरचना

बांधकाम क्षेत्रातील असे महत्त्वाचे प्रकल्प गुंतागुंतीचे असतात. त्यांना सुरक्षितपणे दर्जेदार पद्धतीने पूर्ण करण्यासाठी विशिष्ट तज्ज्ञ आणि अनुभवी व्यक्तींचे मार्गदर्शन घ्यावे लागते. त्यासाठी दुबईच्या बुर्ज खलिफाचे व्यवस्थापन केलेल्या टर्नर कन्सल्टंट कंपनीची नियुक्ती प्रोजेक्ट मॅनेजमेंट कन्सल्टंट म्हणून करण्यात आली. कंत्राटदाराची निवड, रोजचे व्यवस्थापन, गुणवत्ता नियंत्रण हे अधिकार त्यांच्याकडे देण्यात आले. प्रत्यक्ष बांधकाम करण्यासाठी लार्सन अँड टुब्रो कंपनीची नियुक्ती करण्यात आली. प्रकल्पाचे प्रत्यक्ष काम २०१४ मध्ये सुरू झाले. पुतळ्याचे स्थापत्य, डिझाइन ठरवण्यासाठी तज्ज्ञ कंपन्यांची निवड करण्यात आली. या पुतळ्याचे रचनाकार महाराष्ट्रातील नामवंत शिल्पकार राम सुतार आहेत. हा प्रकल्प नदीच्या बेटावर असल्याने पूर आणि भूगर्भजलतज्ज्ञांची मदतही घेण्यात आली. उभारणी करताना प्रथम पाया, मेझनीन फ्लोअर आणि त्यानंतर पुतळा उभारणे असा क्रम होता.

पुतळ्याची उभारणी

पुतळ्याची उभारणी दोन टप्प्यांमध्ये करण्यात आली. प्रकल्प पूर्ण करण्यासाठी बांधकाम साहित्य, मशिनरी आणि मनुष्यबळ लागते. या प्रकल्पात जवळपास २५०० जणांचा सहभाग होता. यामध्ये काही चिनी कामगारही होते. सर्वात जास्त उंचीमुळे पुतळ्याचे डिझाइन आव्हानात्मक होते. रुंदी आणि उंची प्रमाणबद्ध बनवण्यासाठी इंजिनिअर लोकांनी आपले कौशल्य पणास लावले. भूकंप, पूर आणि वेगवान वारा यापासून संरक्षण व्हावे अशी रचना करण्यात आली. ६० मीटर प्रतिसेकंद या वेगाने जरी वारा आला तरी या पुतळ्याला काहीही होणार नाही, यासाठी पुतळ्याची विंड टनेल टेस्ट घेण्यात आली. ती यशस्वी झाली. 'स्टॅच्यू ऑफ युनिटी'चे वजन ६७,००० मेट्रिक टन असल्यामुळे पाया ४५ मीटर खोल खोदण्यात आला आहे. खोदकाम करताना लगतच्या नर्मदेला धोका होणार नाही याची काळजी घेण्यात आली. प्रकल्पासाठी जवळपास २२,५०० मेट्रिक टन सिमेंट आणि १८,५०० मेट्रिक टन लोखंड लागले. सरदार सरोवर धरण काँक्रीटचे देशातील तिसऱ्या क्रमांकावरील म्हणून गणले जाते . धरण बांधणीत सात दशलक्ष घनमीटर काँक्रीट वापरण्यात आले. काँक्रीटची ग्रेड एम ६५ होती. पुतळ्याच्या बाह्य भागात बारा हजार ब्राँझ अथवा कास्य पॅनेलचा वापर करण्यात आला आहे.

या स्मारकात एक संग्रहालय आहे. त्यात स्वातंत्र्यलढ्याची माहिती देण्यात आली आहे. पुतळ्यातील ४०० फूट उंचीवरील व्ह्यू गॅलरीमधून नर्मदा परिसराचे विहंगम दृश्य पहायला मिळते. आठवड्यातील एक दिवस संध्याकाळी पुतळ्यावर लेझर शो आणि सरदार पटेलांच्या जीवनावरील माहितीपटाचे आयोजन होते. नर्मदेच्या किनारी २४ एकर जागेत व्हॅली ऑफ फ्लॉवर्सची निर्मिती करण्यात आली आहे. यामध्ये विविध ३०० प्रकारच्या २२ लाख फुलझाडांचे वृक्षारोपण केले असून पर्यटकांसाठी खास फोटो पॉईंट, सेल्फी पॉईंट बनवले आहेत. या व्यतिरीक्त नौका विहार, हेलिकॉप्टर राईड, कॅक्टस गार्डन, एकता नर्सरी, चिल्ड्रेन न्यूट्रीशन पार्क, जंगल सफारी, विश्व वन, एकता मॉल, फूड कोर्ट, अमूल कॅफे इत्यादी अनेक सुविधांचा लाभ सर्वांसाठी उपलब्ध आहे.

•••

विभाग २

वैविध्यपूर्ण बांधकाम साहित्य

आजच्या प्रगतीशील काळात बांधकाम साहित्याची निवड करताना त्याची पर्यावरणपूरकता तपासण्याची गरज आहे. त्यांचा वापर करताना रीड्यूस, रीयुझ आणि रिसायकल ही त्रिसूत्री लक्षात ठेवली पाहिजे. प्रत्यक्षात वापर होण्याआगोदर अशा साहित्यांचा दर्जा, गुणवत्ता तपासणी होणे तितकेच महत्त्वाचे असते. या विभागात देशविदेशातील बांधकाम साहित्यांची ओळख आपल्याला होणार असून घरे, इमारती, व्यापारी संकुले बांधताना या माहितीचा उपयोग निश्चित होईल.

एकाच छताखाली सर्व बांधकाम साहित्य

सर्वसाधारणपणे प्रत्येक व्यक्तीच्या आयुष्यातील महत्त्वाचा टप्पा म्हणजे त्याचे स्वतःचे घर. आपल्या हक्काचे छोटेसे का होईना घर असावे, असे स्वप्न अनेक जण मनात बाळगून असतात, त्यासाठी त्यांची दैनंदिन धडपड चालू असते. घरबांधणीसाठी लागणाऱ्या तीन महत्त्वाच्या गोष्टी म्हणजे मनुष्यबळ, मशिनरी आणि बांधकाम साहित्य. त्यातील विविधतेमुळे प्रत्येक घर वेगळे वाटते.

घर बांधण्यासाठी आपण बांधकाम क्षेत्रातील तज्ज्ञ व्यक्तींची मदत घेत असतो. घराबाबतीत असणाऱ्या गरजा त्यांना सांगतो आणि निर्धास्त होतो. प्रत्यक्ष घरबांधणीमध्ये आपला सहभाग जवळपास नसतो. घराचे इंटिरियर करताना मात्र आपण जातीने लक्ष पुरवतो. अमेरिकेसारख्या प्रगत देशात येथील जवळपास सर्वच जण घरबांधणीमध्ये प्रत्यक्ष सहभागी होत असतात. अनेक लोक आपले घर स्वतः उभारण्याचा आनंद घेतात. येथे जागेची कमतरता नसल्याने सर्वच घरे प्रशस्त बनवण्याची मोठी संधी त्यांना असते. घराच्या पायापासून छत बनवण्यापर्यंतची सर्व कामे लोक आवडीने करतात. प्रसंगी बांधकामातील कुशल व्यक्तींची मदत घेतात. घराच्या बांधकाम साहित्याची निवड करणे, त्यांची खरेदी, वाहतूक आणि वापर करणे यात येथील लोक तरबेज आहेत. परंतु हे सर्व सहजपणे साध्य होण्यासाठी त्यांना मदत होते येथील 'मेनार्ड्स'सारख्या बांधकाम संलग्न उद्योग क्षेत्राची. अमेरिकेत 'द होम डेपो', 'लोज आणि मेनार्ड्स' (Lowe's and Menards) हे उद्योग समूह घरबांधणीसाठी लागणारे सर्व बांधकाम साहित्य एकाच छताखाली पुरवण्याचे काम करत आहेत, त्यामुळे मौल्यवान वेळ आणि पैशाची बचत होऊन घरांची निर्मिती जलदगतीने होत आहे.

मेनार्डची वैशिष्ट्ये

जॉन रॉबर्ट मेनार्ड यांनी १९७२मध्ये लहानशा हार्डवेअर स्टोअरमार्फत व्यवसायात पदार्पण केले. आज मध्य आणि पश्चिम अमेरिकेतील १४ स्टेट्समध्ये मेनार्डसच्या एकूण २८५ शाखा विस्तारल्या आहेत. अंदाजे ४५ हजार कर्मचारी या उद्योगाशी निगडित असून, ग्राहकांना वाजवी दरात उत्तम दर्जाचे बांधकाम साहित्य फॅमिली बिझिनेस तत्त्वावर पुरवण्याचे काम करत आहेत. मेनाड्‌र्सची वार्षिक उलाढाल आठ बिलियन अमेरिकन डॉलरपर्यंत पोहोचली आहे. जॉन रॉबर्ट मेनार्ड हे अमेरिकेतील अतिश्रीमंत व्यक्तींच्या यादीत ६८ व्या स्थानावर आहेत. मेनाड्‌र्सची सर्वात मोठी शोरूम अडीच लक्ष स्क्वेअर फुटाची असून, त्यामध्ये सर्व कंपन्याचे दर्जेदार बांधकाम साहित्य डिस्प्ले, माहिती आणि विक्रीसाठी उपलब्ध आहे. गरजेनुसार घरबसल्या इंटरनेटच्या माध्यमातून मेनाड्‌र्सच्या संकेतस्थळावरून कोणतेही बांधकाम साहित्य ऑनलाइन पेमेंटद्वारे घरपोच मागवता येते. 'एकदा विकलेला माल परत घेतला जाणार नाही' असा बोर्ड कोठेही दिसत नाही. ग्राहक आणि विक्रेता यामधील संबंध कशा प्रकारे दृढ करता येतो याचे हे एक उत्तम उदाहरण म्हणता येईल. येथील जवळपास प्रत्येक घर मायक्रो ओव्हन, डिशवॉशर, फ्रीज, वॉशिंग मशीन आणि ड्रायर, वातानुकूलन यंत्रणा, हीटर, इलेक्ट्रिक शेगडी, व्हॅक्यूम क्लीनर, बाथटब, स्मोक डिटेक्टर, फायर अलार्म इत्यादी गोष्टींनी सुसज्ज असते.

बांधकाम साहित्य

मेनाड्‌र्सची प्रशस्त शोरूममध्ये बिल्डिंग मटेरियल, बांधकामासंबंधित पुस्तके, बिल्डिंग प्लॅन्स, हार्डवेअर, इलेक्ट्रिकल, इलेक्ट्रॉनिक, वॉलपेपर, प्लंबिंग, रंग, ड्राय वॉल, कार्पेट, व्हिनॅल, लिनोलियम, फेन्सिंग, बागकाम, अवजारे असे वेगवेगळे विभाग केले आहेत. बिल्डिंग मटिरियल विभागात ग्रील्स, ब्लॉक्स, ब्रिक्स, कॉंक्रीट, खडी, वाळू, ड्राय वॉल, प्लायवूड, फेन्सिंग, ग्लास ब्लॉक्स, इन्सुलेशन, रेलिंग, लँडस्केप, पॅनेल, लाकडी

तुळया, कॉलम, ट्रस आणि बीम, रूफिंग, गटर, सायडिंग, रेडिमेड स्टेअरकेस, दरवाजे, कॅबिनेट, मोल्डिंग, रेन अँड सन प्रोटेक्शन, शॉवर डोअर, वेदर स्ट्रीप, डोअर स्क्रीन, एअर कर्टन इत्यादी साहित्य असते.

इलेक्ट्रिकल विभागात बॅटरी, चार्जर्स, सर्किट प्रोटेक्शन, फायर अलार्म, रेसवे, डोअर बेल, अलार्म, वायर्स, केबल्स, बल्ब, पंखे, जनरेटर, हॉट वॉटर सिस्टिम, इलेक्ट्रिक शेगडी, व्हॅक्यूम क्लीनर, झुंबरे इत्यादी प्रकार असतात. फ्लोअरिंग विभागात कार्पेट, रग, मॅटिंग, रनर, कॉर्न फ्लोअर, टाइल्स, विनॅल फ्लोअर, इत्यादी गोष्टींचे डिस्प्ले आहेत. रंग विभागात ब्रश, रोलर, रंग, सीलंट, ब्लॉक सिलर, लॅडर, सॅन्ड पेपर, स्प्रे पेंट, क्लीनर, रिमूव्हर, वॉल पेपर इत्यादी साहित्य असते. याव्यतिरिक्त एअरफिल्टर्स, वॉटर प्युरीफायर, एअर प्युरीफायर, डिह्युमिडीफायर, किचन चिमणी, डक्ट, फायर पीट, गॅस हीटर, स्मोक डिटेक्टर, प्रोपेन टँक, थर्मोस्टेट्स, फ्रीज अलार्म, व्हेंटिलेटर, हॉट वॉटर डिस्पेन्सर, सिंक, डिशवॉशर, ओव्हन, फ्रीज, प्राणी आणि पक्ष्यांचे पिंजरे, पॅटिओ फर्निचर, प्लन्टर, बास्केट्स, स्नो रिमूव्हर, स्वीमिंग पुलाचे साहित्य, खेळणी, वॉश बेसिन, ड्रायर, बीन्स, ट्रश बीन, टेबल, खुर्ची, झोपाळे इत्यादी अनेक वस्तूंचा अक्षरशः खजिना या ठिकाणी पाहायला मिळतो.

•••

पुनर्वसनासाठी उपयुक्त बांधकाम पद्धती

निसर्गाच्या अफाट ताकदीची उदाहरणे नेहमीच आपल्याला पाहायला मिळतात. आपल्या देशात उत्तरेला ज्या वेळी पूर येतात त्याच वेळी दक्षिणेला कोरडा दुष्काळ पडलेला असतो. ओल्या दुष्काळातील पावसात अनेकांचे संसार उद्ध्वस्त होतात. त्याचप्रमाणे इतर नैसर्गिक आपत्तींमध्ये बाधित लोकांचे पुनर्वसन तातडीने होणे आवश्यक असते.

अनेकदा आपत्तिग्रस्त लोकांसाठी मोठी वसाहत उभारणे गरजेचे असते. ज्यामध्ये घरे, पाणीपुरवठा, ड्रेनेज, वीज दुकाने, शाळा, कंपाऊंड वॉल इत्यांदी गोष्टींचा समावेश असतो. त्यांची घरे ताकदवान बांधावी लागतात. अशा वेळी घरांची निर्मिती करण्यासाठी पारंपरिक पद्धतीचा वापर केला असता अधिक वेळ लागतो. पारंपरिक पद्धतीत वाळू, विटा, सिमेंट, लोखंड असे बांधकाम साहित्य प्रत्यक्ष कामाच्या ठिकाणी आणावे लागते. बांधकाम साहित्याचा साठा करण्यासाठी मुबलक जागेची आवश्यकता असते. हाताळणी आणि वापर करताना वेस्टेजवर नियंत्रण ठेवावे लागते. कमीतकमी वेळात जलदगतीने टिकाऊ घरे बांधण्यासाठी बांधकाम क्षेत्रात विविध पद्धती उपलब्ध आहेत. त्यांचा एकत्रित उपयोग करून घेणे महत्त्वाचे असते.

फेरोसिमेंट तंत्रज्ञान

फ्रेंच इंजिनिअर जोसेफ लुई लॅम्बोट (Joseph Louis Lambot) याने १८४६ मध्ये लोखंडी जाळ्यांमध्ये सिमेंट मॉर्टर भरून फेरोसिमेंट तंत्रज्ञानावर आधारित पाण्यावर तरंगणारी छोटीशी बोट तयार केली. ही बोट

पुण्यातील श्री रामकृष्ण मठाचे फेरोसिमेंटमधील डोम.

'डिंगी' या नावाने ओळखली जात असे. आजही ही बोट दक्षिण फ्रान्सच्या मिरावल संग्रहालयात पाहायला मिळते. फेरो म्हणजे लोखंड आणि सिमेंटो म्हणजे सिमेंट मॉर्टर. हे एक प्रकारचे मायक्रोकाँक्रीट असते, ज्यामध्ये सिमेंट, वाळू आणि पाणी यांचे विशिष्ट प्रमाणातील मिश्रण वापरले जाते. यामध्ये खडीचा वापर केला जात नाही. इतर साहित्यात लोखंडी लवचीक जाळी म्हणजे वेल्डमेश, कोंबडी जाळी म्हणजे चिकनमेश, ६ आणि ८ मिलिमीटर व्यासाच्या लोखंडी सळया यांचा समावेश असतो. फेरोक्रिटच्या भिंती फक्त दीड ते दोन इंच जाडीच्या असतात, परंतु त्यात प्रचंड दाब आणि ताणशक्ती असते. फेरोक्रिट वजनाला हलके, भूकंपप्रतिकारक, अग्निप्रतिबंधक, उष्णताअवरोधक, ध्वनिरोधक आणि एकसंध असते. या तंत्रज्ञानाने घरे बांधण्यासाठी वेळ कमी लागतो परंतु वेल्डर, फिटर अशा कुशल कामगारांची आवश्यकता असते. महाराष्ट्रातील पुणे, सातारा, भूगाव, धुळे या ठिकाणी बंगले आणि रहिवासी इमारती या तंत्रज्ञानाचा वापर करून बांधण्यात आल्या आहेत. या व्यतिरिक्त डोम, कॉलम, बीम, स्लॅब, जिना, पाण्याच्या टाक्या, कंपाऊंड वॉल, बंधारे, सायलोज, पिरॅमिड इत्यादी अनेक ठिकाणी फेरोसिमेंटने आपली उपयुक्तता सिद्ध केली आहे.

प्रीकास्ट पद्धती

या पद्धतीचे असंख्य फायदे असल्याने जगातील अनेक प्रगत आणि प्रगतिशील देशांनी या पद्धतीचा स्वीकार केला आहे. प्रीकास्ट पॅनेल बनवताना फ्लायॲशचा वापर होत असल्याने ही पद्धती पर्यावरणपूरक समजली जाते. या पद्धतीत फॉर्मवर्कच्या साहाय्याने कारखान्यात प्रीकास्ट पॅनेल बनवून प्रत्यक्ष कामावर त्याची उभारणी आणि जोडणी केली जाते. जोडणी जलदगतीने होत असल्याने वेळेची बहुमूल्य बचत होते. पॅनेलची लांबी, रुंदी आणि आणि जाडीच्या आवश्यकतेनुसार डिझाइन करता येते. पॅनेलमध्ये दोन तासापर्यंतची ज्वलनरोधकता असते.

पाणी, वाळवी, बुरशी यांचा पॅनेलवर दुष्परिणाम होत नाही. प्रीकास्ट पॅनेलमध्ये उच्च दर्जाची अग्निप्रतिबंध क्षमता असते. भिंतींप्रमाणेच फ्लोअरिंगसाठी सुद्धा पॅनेलचा वापर करता येतो. कारखान्यात प्रीकास्ट पॅनेल तयार होत असल्याने गुणवत्ता नियंत्रित ठेवता येते. आजच्या काळात निवासी इमारती, व्यापारी संकुले, शाळा, कॉलेज, टोल नाके, पेट्रोल पंप, पोलिस स्टेशन इत्यादी अनेक ठिकाणी प्रीकास्ट पॅनेलचा वापर होत आहे.

प्रीकास्ट फेरोसिमेंट

प्रीकास्ट आणि फेरोसिमेंट या दोन पद्धतीच्या एकत्रीकरणातून प्रीकास्ट फेरोसिमेंट ही नवीन पद्धत बनली आहे. या पद्धतीत वाळू, सिमेंट, जाळी इत्यादी बांधकाम साहित्य प्रत्यक्ष कामावर आणण्याची गरज नसते. फेरोसिमेंट तंत्रज्ञानावर आधारित पॅनेल प्रत्यक्ष कामावर न बनवता कारखान्यात बनवली जातात, यामुळे वेळेची बचत होते आणि गुणवत्ता अधिक प्राप्त होते. प्रत्यक्ष कामावर पॅनेलची उभारणी आणि जोडणी केली जाते. बांधकामातील पारंपरिक आरसीसीला ही नवीन पद्धत एक उत्तम पर्याय आहे.

या पद्धतीचा वापर करून टॉयलेट आणि युरिनल ब्लॉक, लिंटेल, स्लॅब, बीम, वॉटर टँक, कंपाऊंड वॉल बनवता येतात. पारंपरिक आरसीसी पद्धतीने या गोष्टी बनवण्यासाठी जो खर्च येतो त्यापेक्षा अंदाजे २५ टक्के कमी खर्च प्रीकास्ट फेरोसिमेंट पद्धतीचा वापर केल्याने येतो. या पद्धतीत वेल्डमेशऐवजी लोखंडी सळईचा वापर केला जातो. पॅनेलची जाडी दोन इंचापर्यंत असेल तर खडीचा वापर करावा लागत नाही. अधिक जाडीच्या पॅनेलसाठी खडी वापरली जाते. सॅन्डविच पॅनेल बनवताना इन्स्युलेशन म्हणून थर्माकोलचा वापर केला जातो. अशी पॅनेल उन्हाळ्यातही घराला आतून थंडावा देतात.

प्रीकास्ट फेरोसिमेंटची पॅनेल भूकंपप्रतिकारक ज्वलनरोधक, अग्निप्रतिबंध, उष्णताअवरोधक, ध्वनिरोधक आणि एकसंध असतात. नागपूर, सोलापूर, कोल्हापूर, सांगली या भागांत प्रीकास्ट फेरोसिमेंटचा वापर सुरू झाला आहे. लोकांच्या पुनर्वसनासाठी ही नवीन बांधकाम पद्धती उपयुक्त ठरणार आहे.

•••

पर्यावरणपूरक बांधकाम साहित्य

आजचे मानवी जीवन दिवसेंदिवस गुंतागुंतीचे आणि धकाधकीचे बनले आहे. ताणतणाव आणि प्रदूषणाच्या विळख्यात सापडलेल्या माणसाला गरज आहे, एका इकोफ्रेंडली होमची. अशी घरेच आपले भावी आयुष्य अधिक सुखकर आनंदी आणि आरोग्यदायी बनवू शकतात. अशा घरांची निर्मिती करण्यासाठी वास्तुविशारद आरसीसी डिझायनर, लँडस्केप आर्किटेक्ट, इंटिरियर डिझायनर, विविध बांधकामविषयक तज्ज्ञ यांचा सल्ला घेणे आवश्यक असतो. जर सर्वांनी एकजुटीने प्रयत्न केले तर भविष्यातील प्रत्येक घर इकोफ्रेंडली बनवणे सहज साध्य होईल.

बांधकाम साहित्याची योग्य निवड

बांधकामाचे साहित्य निवडताना ते पुनर्प्रक्रियेतून बनवलेले, भूसंपदेचा विनाश न करणारे, ऊर्जेची बचत करणारे आणि आरोग्यदायी अंतर्गत वातावरणनिर्मिती करणारे असण्याची आवश्यकता असते. आजच्या बांधकामांमध्ये सिमेंट आणि स्टील यांचा मोठ्या प्रमाणावर वापर केला जातो. सिमेंटच्या विविध प्रकारांतील पोर्टलँड सिमेंट आणि पोझोलना सिमेंट हे प्रमुख प्रकार समजले जातात. पोझोलना सिमेंट पर्यावरणपूरक असल्यामुळे त्याचा जास्तीतजास्त वापर होणे आवश्यक आहे. त्यामुळे फ्लाय ॲश, ब्लास्ट फर्नास स्लॅग असे वेस्ट वापरले जातात. पोर्टलँड सिमेंटचा १८२४ मध्ये जोसेफ ॲस्परिन या ब्रिटिश गवंडीकाम करणाऱ्याने या सिमेंटचा शोध लावला. पोर्टलँड शहरात आढळणाऱ्या करड्या रंगाच्या दगडाशी साम्य असल्यामुळे हे सिमेंट 'पोर्टलँड सिमेंट' म्हणून

ओळखले जाऊ लागले. पोर्टलँड पोझोलना सिमेंटमधे फ्लाय ॲशचा वापर केला जातो. हे सिमेंट कार्बन आणि उष्णतेचे उत्सर्जन कमी करते. पोझोलनामध्ये सिलिका आणि अल्युमिना हे प्रमुख घटक असतात. ज्वालामुखीतून बाहेर पडणारी राख, चुनामिश्रित माती, फ्लायॲश, मायक्रोसिलिका हे सर्व घटक पोझोलना या प्रकारात येतात. पूर्वीच्या काळात ज्वालामुखीतून बाहेर पडणारी राख बांधकामासाठी वापरत असत. इटली देशातील 'पोझुली' शहरात ही राख सापडल्यामुळे राखेला 'पोझोलना' हे नाव पडले . त्यावरूनच पुढे पोर्टलँड पोझोलना सिमेंटची निर्मिती झाली. या दोन्ही सिमेंटच्या वापरामुळे पर्यावरणासमोर असणारे प्रदूषणाचे संकट नकळत कमी होते. नवीन स्टील बनवताना जुन्या स्टीलचे विघटन करून त्यावर पुनर्प्रक्रिया करतात. असे स्टील पर्यावरणपूरक समजले जाते. भिंती बांधण्यासाठी आपण दगड अथवा विटांचा प्रामुख्याने वापर करतो. नैसर्गिक दगडांमधून कोणत्याही अपायकारक वायूचे उत्सर्जन होत नसल्यामुळे त्यांचा अधिकाधिक वापर व्हायला हवा. मार्बल, ग्रॅनाइट, कडप्पा, स्लेट असे नैसर्गिक दगड आज लोकप्रिय होत आहेत. मातीच्या विटा सर्व ऋतूंमध्ये उपलब्ध नसतात. त्यांना पर्याय म्हणून फ्लाय ॲशपासून बनवलेले ब्लॉक्स आणि ब्रिक्स बाजारात उपलब्ध आहेत.

लाकडाचा वापर करताना

बांधकामासाठी लाकडाचा वापर पूर्वापार केला जात आहे. पूर्वीच्या काळात जंगले विपुल प्रमाणात होती. आज बेसुमार जंगलतोडीमुळे नैसर्गिक जंगलसंपत्तीचे प्रमाण कमी झाले आहे. त्याचे विपरीत परिणाम आपणच भोगतो आहोत. शिल्लक असणारी नैसर्गिक जंगले अबाधित राखून, कृत्रिम जंगलांची जोपासना करून आपल्याला लाकूड उपलब्ध करता येते. जगातील अनेक देशांमध्ये अशा प्रकारच्या कृत्रिम जंगलांची संकल्पना प्रत्यक्षात आहे. पर्यावरणाचे संतुलन राखण्यास त्यामुळे मदत होत आहे. अनेकदा नवीन इमारती बांधताना, जुने पारंपरिक वाडे जमीनदोस्त केले जातात. अशा वेळी त्यामधून उत्तम दर्जाचे लाकूड आपल्याला मिळू शकते. पूर्वी वापरलेल्या लाकडी तुळया, खिडक्या, दरवाजे, खांब यांचा पुनर्वापर करता येतो. असे लाकूड जसेच्या तसे अथवा कापून त्यापासून नवीन मेंबर्स बनवता येतात. लाकडाला उत्तम पर्याय म्हणून बांबूचा वापर करणे योग्य आहे. बांबूपासून छत, फ्लोअरिंग, पार्टिशन वॉल, खुर्च्या, टेबल इत्यादी गोष्टी आपल्याला बनवता येतात. अनेकांनी आपली घरे बांधताना जुने आणि नवे यांची योग्य सांगड घातली आहे.

अंतर्गत सजावट करताना

घराचे अंतरंग सजवताना रंग, प्लायवूड, कार्पेट इत्यादींचा वापर केला जातो. अशा बांधकाम साहित्यामधून अनेकदा फोर्माल्डिहाईड या रंगविरहित वायूचे उत्सर्जन होत असते. त्याचे प्रमाण वाढले असता घरात वावरणाऱ्या व्यक्तींना श्वसनाचे विकार होऊ शकतात. त्यासाठी घरामध्ये भरपूर खेळती हवा आणि स्वच्छ सूर्यप्रकाश असावा लागतो. बांधकाम साहित्याची नवनिर्मिती करताना त्यामध्ये पुनर्प्रक्रिया केलेले घटक वापरले असता फोर्माल्डिहाईड वायूचे उत्सर्जन कमी होते. प्लायवूड वापरताना फायबर बोर्ड, चीप बोर्ड, एमडीएफ यांचा वापर करावा. असे बोर्ड पुनर्प्रक्रियेतून बनवले जातात. फ्लोअरिंग आकर्षक करण्यासाठी अनेक ठिकाणी कार्पेटचा वापर केला जातो. आज बाजारात इकोफ्रेंडली कार्पेट उपलब्ध आहेत.

अंतर्गत सजावटीमध्ये वेगवेगळे फर्निचर, पडदे, भांडी, दिवे यांचा अंतर्भाव होतो. पडदे वापरताना सिल्क, वूल, ज्यूट, कॉटन यांचा वापर करावा. धातूंमध्ये ॲल्युमिनियम ब्रास वापरणे योग्य असते. काच पुनर्प्रक्रियेतून तयार होत असल्याने योग्य ठिकाणी तिचा वापर करावा.

ऊर्जेची बचत करणारे साहित्य

घरामध्ये विजेची बचत आणि करणारे सीएफएल सौरदिवे इलेक्ट्रॉनिक चोक इत्यादींचा जास्तीत जास्त वापर करावा. अपारंपरिक ऊर्जेची निर्मिती करणारे सौर पॅनेल, पवनचक्की यांचा वापर करून ऊर्जानिर्मिती केल्यास ऊर्जेची बचत करता येते. घराला रंग देताना पर्यावरणपूरक रंगाची निवड करावी. असे रंग आरोग्यदायी, अपायकारक वायूंचे उत्सर्जन न करणारे आणि उष्णता परावर्तित करणारे असतात. बाह्य रंगासाठी अशा रंगांचा वापर केला असता अंतर्भाग थंड राहतो. वातानुकूलन यंत्रणेवरील ताण कमी होऊन ऊर्जेची बचत होते. बेसिन, सिंक बाथरूम, टॉयलेट यासाठी पाण्याची बचत करणारे सेन्सर टॅप, सेन्सर युरिनल, ड्यूएल फ्लशिंग टँक, वॉटरलेस युरिनल यांचा वापर करावा, त्यामुळे पाण्याची ४० टक्क्यांपर्यंत बचत होऊ शकते. शुद्धीकरण केलेले पाणी गार्डन टॉयलेट, कार वॉशिंग करता येते. भूजलाची पातळी वाढवण्यासाठी रेन वॉटर हार्वेस्टिंग करणे काळाची गरज आहे.

मड आर्किटेक्चर

पुण्याजवळील मावळ तालुक्यात सागर शिरुडे या वास्तुरचनाकाराने दुमजली मातीचे घर साकारले आहे. यासाठी त्यांनी नैसर्गिक गोष्टींचा आणि टाकाऊपासून टिकाऊ वस्तूंचा वापर केला आहे. गावातच उपलब्ध असलेले बांबू, लाल माती, रानातील कारवीच्या काड्या, बांबूच्या चटया, कळीचा चुना, हिरडा–गुळाचे पाणी, कडुलिंबाचा पाला, हळदीचे पाणी, शेण व गोमूत्र वापरले आहे. बांबूचे खांब, चटया, कळीचा चुना, लाल माती गोण्यांमध्ये भरून त्याच्या ३५०० गोणी विटा बनवल्या. घराभोवती असणाऱ्या कुंपणासाठी त्याचा वापर केला आहे. असे घर बनवण्यासाठी पाच महिन्यांचा कालावधी लागला. तौक्ते चक्रीवादळाचा या घरावर कोणताही परिणाम झाला नाही, हेच या पर्यावरणपूरक घराचे वेगळेपण म्हणता येईल.

•••

गृहिणींसाठी अद्ययावत स्वयंपाकघर

प्रत्येक गृहिणीच्या अतिशय जिव्हाळ्याचा विषय म्हणजे स्वयंपाकघर. सध्याच्या धकाधकीच्या जीवनात कुटुंबातील सर्व व्यक्तींनी एकत्र यावे, एकमेकांची विचारपूस करावी, गप्पागोष्टी आणि एकत्र जेवण करावे यासाठी असणारी एकमेव जागा म्हणजे स्वयंपाकघर. गृहिणींचा जास्तीतजास्त वेळ या ठिकाणी जात असतो, त्यामुळे आपल्या स्वयंपाकघरातील किचन ओट्याची रचना आपल्या आवडीप्रमाणे असावी असा प्रत्येक गृहिणीचा आग्रह असतो.

कमीतकमी जागेमध्ये योग्य नियोजन करून, जास्तीतजास्त स्वयंपाकाचे साहित्य ठेवता येईल असे जर्मन अल्नो कंपनीचे किचन युनिट्स बाजारात उपलब्ध आहेत. त्यासाठी पर्यावरणपूरक बांधकाम साहित्याचा वापर करण्यात आला आहे.

रचना

सर्वसाधारणपणे गृहिणींच्या उंचीनुसार किचन युनिटची उंची ठरवली जाते. लांबी आवश्यकतेनुसार कमी अथवा जास्त करता येते. यासाठी विविध रचना असतात. सिंगल प्लॅटफॉर्म, डबल प्लॅटफॉर्म, एल टाईप, यू टाइप, अशा विविध प्रकारे किचन युनिट बनवता येते. काही ठिकाणी किचन आयलँड हे स्वतंत्र छोटे युनिट बनवले जाते. सकाळच्या न्याहारीसाठी त्याचा उपयोग केला जातो. ज्या घरामध्ये स्वयंपाकघर आणि भोजनासाठी स्वतंत्र जागा असते त्या वेळी किचन आयलँड जास्त उपयोगी ठरते.

सध्या संगणकाने केलेली प्रगती सर्वश्रुत आहे. किचन युनिट्स बनवण्यासाठी अशाच एका संगणक

प्रणालीच्या साहाय्याने डिझाइन केले जाते. किचन युनिटची लांबी, रुंदी, उंची, लॅमिनेटचे रंग, ड्रॉवर्स, कॅबिनेटअंतर्गत प्रकाशयोजना काचेचे दरवाजे इत्यादी सर्वांचे डिझाइन आपल्या आवडीनुसार सॉफ्टवेअरच्या मदतीने बनवले जाते. संगणकाच्या पडद्यावर त्रिमिती पद्धतीने संपूर्ण युनिट आपल्याला अगोदरच पाहता येते. आवश्यक बदल करता येतो. डिझाइन फायनल झाल्यावर युनिटचे ड्रॉईंग, जर्मनीतील फॅक्टरीमध्ये पाठवले जाते. त्या ठिकाणी संपूर्ण यांत्रिक पद्धतीने युनिट बनवले जाते. कोठेही मनुष्यबळाचा वापर करावा लागत नाही. तयार युनिट उत्कृष्ट पॅकिंग करून प्रत्यक्ष प्रकल्पांवर पाठवले जाते. कुशल कामगारांच्या साहाय्याने त्याची जोडणी केली जाते. किचन युनिटच्या सर्वात वरच्या भागात मार्बल, ग्रॅनाइट, अथवा कोरियन असे बांधकाम साहित्य वापरले जाते.

बांधकाम साहित्य

किचन युनिट बनवण्यासाठी ओक झाडापासून बनवलेले व्हिनियर, मध्यम घनतेचे फायबर बोर्ड, चीपबोर्ड, ॲल्युमिनियम, स्टेनलेस स्टील, एलईडी दिवे, बिनविषारी रंग, दणकट काच अशा बांधकाम साहित्याचा एकत्रित वापर केला जातो. यापैकी अनेक साहित्य पर्यावरणपूरक असून नवीन साहित्य बनवण्यासाठी जुन्या साहित्यावर पुनर्प्रक्रिया केली जाते. या साहित्यामधून कोणत्याही अपायकारक वायूचे उत्सर्जन होत नाही, त्यामुळे वातावरणातील तापमानामध्ये वाढ होण्याचा धोका नसतो. बोर्ड बनवणारे लागणारे लाकूड कृत्रिम पद्धतीने वाढवलेल्या जंगलामधून आणले जाते. नैसर्गिक जंगलातील कोणत्याही वृक्षाची यासाठी तोड केली जात नाही. फॅक्टरीमध्ये युनिट बनवताना निर्माण होणारे धूलिकण फिल्टरद्वारे नियंत्रित केले जातात. ध्वनिप्रदूषण, पाण्याचा कमीतकमी वापर, निरुपयोगी घटकांचे प्रमाण यावर कायम लक्ष ठेवले जाते. तयार किचन युनिटचे पॅकिंग करण्यासाठी कागदी बोर्ड वापरला जातो. इंधनाची बचत करण्यासाठी किचन युनिटची वाहतूक करताना योग्य

वजन आणि जवळचा मार्ग निवडला जातो, किचन युनिट स्वच्छ करण्यासाठी शुद्ध पाण्याचा वापर केला जातो. कोणत्याही घर्षणयुक्त रासायनिक घटकांचा वापर केला जात नाही.

वैशिष्ट्ये

किचन युनिट बनवण्यासाठी ५० विविध रंगछटांमधील लॅमिनेट वापरले जाते. हँडल अथवा नॉबसाठी अंदाजे ७० विविध प्रकार उपलब्ध असतात. युनिट आकर्षक दिसण्यासाठी अनेकदा हँडल वापरले जात नाहीत. अशा वेळी कॅबिनेट दरवाजे, ड्रॉवर्स यांना विशिष्ट प्रकारे खाचा केल्या जातात. दरवाजे स्वयंचलित पद्धतीने उघडण्याची सोय करता येते. संपूर्ण युनिटमध्ये आवश्यक ठिकाणी एलईडी दिवे बसवता येतात. दरवाजासाठी विशिष्ट प्रकारच्या बिजागरी बसवून आवाज आणि कंपने नियंत्रित केली जातात. पृष्ठभागावर ओरखडे उठणे अथवा झीज होण्याचे प्रमाण नगण्य असते.

गृहिणींसाठी अत्यंत कमी श्रमात सहजपणे युनिट वापरण्यासाठी प्राधान्य दिले जाते. यासाठी प्रत्येक किचन साहित्यासाठी विशिष्ट जागा ठरवली जाते. गॅस शेगडी, डिशवॉशर, धुराची चिमणी, एक्झॉस्ट फॅन यासाठी योग्य जागा असते. चमचे, काटे चमचे, सुरी, डाव, झारे, डिशेश, कपबश्या यासाठी स्वतंत्र ड्रॉवर्स असतात. भांडी, डबे, बरण्या, धान्य इत्यादी सामानासाठी वॉल कॅबिनेट्सचा वापर केला जातो. काचेच्या वस्तूंसाठी सुरक्षित जागा असते. ओला कचरा, सुका कचरा, झाडू, व्हॅक्यूम क्लीनर आणि स्वच्छतेचे इतर साहित्य यासाठी वेगळी जागा असते. त्यामुळे वापर झाल्यानंतर सर्व वस्तू जागच्या जागी ठेवल्या जातात. उत्कृष्ट दर्जा, नावीन्यपूर्णता, स्वच्छतेसाठी सोपे आणि पर्यावरणपूरक असणारे असे किचन युनिट गृहिणींसाठी आकर्षण ठरेल यात शंका नाही. यासाठी येणारा खर्च अंदाजे पाच लाखांपासून ५० लाखांपर्यंत असतो.

•••

इकोफ्रेंडली फ्लोअरिंग कार्पेट

घरबांधणीच्या विविध टप्प्यांपैकी फ्लोअरिंग हा एक महत्त्वपूर्ण टप्पा समजला जातो. फ्लोअरिंग झाल्यानंतर जागेचे क्षेत्रफळ किती आहे याचा नेमका अंदाज आपणास येतो. आपले घर, ऑफिस यामधील फ्लोअरिंगबाबत आपण सर्व जण चोखंदळ आणि जागरूक असतो. याबाबत प्रत्येकाची आवडनिवड भिन्न असू शकते. सध्या फ्लोअरिंगसाठी विविध पर्याय बाजारात उपलब्ध आहेत.

घराची अंतर्गत सजावट आणि फ्लोअरिंग यामध्ये साधर्म्य असणे आवश्यक असते. अशा वेळी इंटिरिअर डिझायनरचा सल्ला घेणे आवश्यक असते. आपल्या आवडीनुसार रंगसंगती ते आपणास सुचवू शकतात. घराप्रमाणेच ऑफिस, शॉपिंग मॉल, हॉस्पिटल, शाळा, महाविद्यालये, सिनेमागृहे, नाट्यगृहे, सभागृहे इत्यादी विविध ठिकाणी वेगवेगळ्या प्रकारचे फ्लोअरिंग केले जाते. त्यासाठी मार्बल, ग्रॅनाइट, सिरॅमिक टाइल्स, वूडन फ्लोअरिंग, बांबू अशा अनेक गोष्टींचा वापर करण्यात येतो. अनेक ठिकाणी फ्लोअरिंग पूर्ण झाल्यावर कार्पेट बसवले जाते, त्यामुळे फ्लोअरिंग अधिक आकर्षक दिसून त्याची उपयुक्तता वाढते. हॉस्पिटल, ऑफिसेस, जिम्नॅशियम अशा ठिकाणी कार्पेट बसवले जाते. त्याचे अनेक फायदे असतात. अमेरिकेतील आर्मस्ट्राँग कंपनीने पर्यावरणपूरक लिनोलियम कार्पेटची निर्मिती केली असून अनेक ठिकाणी अशा कार्पेटचा वापर केला जात आहे.

पर्यावरणपूरक कार्पेट

अंतर्गत सुशोभीकरणासाठी लागणाऱ्या रंग, प्लायवूड, सीलंट आणि कार्पेट इत्यादी बांधकाम साहित्यामधून फोर्माल्डीहाईड या रंगविरहित वायूचे उत्सर्जन होत असते. अशा वायूमुळे तेथे वावरणाऱ्या व्यक्तींना अनेक

आजार होऊ शकतात. या गोष्टी टाळण्यासाठी इमारतीच्या अंतर्गत भागात भरपूर खेळती हवा, स्वच्छ आणि भरपूर सूर्यप्रकाश असणे आवश्यक असते. नवीन बांधकाम साहित्य तयार करताना त्यामध्ये पुनर्प्रक्रिया केलेले घटक असतील तर फोर्माल्डीहाईड वायूचे उत्सर्जन कमी होते असे आढळून आले आहे. म्हणूनच पर्यावरणपूरक बांधकाम साहित्याची निर्मिती करताना पुनर्प्रक्रिया केलेले घटक वापरणे संयुक्तिक ठरते. लिनोलियम कार्पेट याच पद्धतीने बनवले जाते.

कार्पेट बनवण्यासाठी लीनसीड ऑईल, झाडांचा नैसर्गिक डिंक, वूड पावडर, कलर पिगमेंट, लाइम स्टोन, कॉर्क प्रकारचे झाड यांचा वापर केला जातो. हे सर्व साहित्य १०० टक्के बायोडिग्रेडेबल आहे. कार्पेटच्या एका बाजूला ज्यूटचे आवरण दिले जाते. कॉर्क जातीच्या झाडांची दहा वर्षांत संपूर्ण वाढ होऊ शकते. अशी झाडे जास्तीतजास्त प्रमाणात लावून त्यांचा कार्पेट बनवण्यासाठी मोठ्या प्रमाणात उपयोग करता येतो. ही झाडे स्पेन, पोर्तुगाल या देशांत आढळतात.

लिनोलियमची वैशिष्ट्ये

पर्यावरणपूरक बांधकाम साहित्यामध्ये लिनोलियम कार्पेटची गणना केली जाते. हे कार्पेट २.५ मिलिमीटर, चार आणि नऊ मिलिमीटर जाडीच्या सेल फॉर्ममध्ये उपलब्ध असते. कोणत्याही प्रकारच्या फ्लोअरिंगवर असे कार्पेट बसवता येते. कार्पेट बसवताना सांधा जोड केलेला दिसत नाही. कार्पेट बसवण्यासाठी ॲडेसिव्ह, वेल्डिंग गन, वेल्डिंग रॉड, छोटा रोलर, सेल्फ लेव्हलिंग कंपाऊंड यांचा वापर केला जातो. कार्पेटच्या बाह्य भागात पॉलियुरेथीनचे विशिष्ट आवरण दिले जाते, त्यामुळे कोणत्याही अपायकारक वायूचे उत्सर्जन होत नाही. मुख्यतः कार्पेट बनवण्यासाठी वापरलेले सर्व घटक नैसर्गिकरीत्या जीवाणूंची वाढ रोखण्याचे कार्य करतात, त्यामुळे हॉस्पिटल, इंटेन्सिव्ह केअर युनिट, प्रयोगशाळा इत्यादी महत्त्वाच्या ठिकाणी असे कार्पेट बसवणे गरजेचे असते, त्यामुळे त्या ठिकाणी जीवाणूंची वाढ होत नाही. स्टेडियम, जिम्नॅशियम, फिटनेस सेंटर अशा ठिकाणी लवचीक पद्धतीच्या कार्पेटची आवश्यकता असते. ४ मिलिमीटर जाडीचे कार्पेट आणि सहा मिलिमीटर जाडीचा फोम वापरून लवचीकता निर्माण केली जाते. अशा कार्पेटची आघात क्षमता उच्च दर्जाची असते. अशा कार्पेटमध्ये २३ डेसिबल क्षमतेपर्यंत ध्वनिशोषण करण्याची क्षमता असते. कार्पेट बनवताना पुनर्प्रक्रिया केलेले घटक २५ टक्के वापरले जातात. अमेरिकेतील लीड या संस्थेचे गुणवत्ता प्रशस्तिपत्रक असणाऱ्या अशा कार्पेटला भारतात मोठी मागणी आहे.

•••

फायबर डोम निर्मिती

वास्तुशास्त्रातील विविध आकारांमध्ये अर्धवर्तुळाकार डोमचे आगळेवेगळे वैशिष्ट्य मानले जाते. अशा आकाराचा वापर स्थापत्यशास्त्रामध्ये फार पूर्वीपासून केला जात आहे. विविध संस्कृतींमध्ये अनेक प्रदेशात या आकाराच्या वास्तू आढळून येतात. रोमन, इस्लामिक वास्तूंमध्ये डोमचा वापर मोठ्या प्रमाणात केलेला दिसतो. महाराष्ट्रातील विजापूरचा गोलघुमट पाहण्यासाठी अनेक देशी-परदेशी पर्यटक येत असतात.

फार पूर्वीपासून आर्क्टिक महासागराजवळील टुंड्रा प्रदेशातील एस्किमो लोक ज्या 'इग्लू' नावाच्या घरात राहतात त्याचा आकारही डोमचा असतो. बर्फाच्याच विटांनी बनवलेल्या अशा घरांमधील अंतर्गत तापमान उबदार असते. फक्त जाड भिंतींच्या आधारावर उभारण्यात येणाऱ्या डोमसाठी इतर कोणत्याही आधाराची गरज नसते. कमीतकमी परिघाच्या अंतरामध्ये जास्त आकारमान देणे हे डोमचे वैशिष्ट्य मानले जाते. डोम बनवण्यासाठी लाकूड, काँक्रीट, फायबर इत्यादींचा वापर केला जातो. यापैकी फायबरचे डोम हलक्या वजनामुळे आणि सोप्या उभारणीमुळे लोकप्रिय झाले आहेत.

निर्मिती

फायबरचे डोम बनवताना त्याची विविध पाकळ्यांमध्ये विभागणी केली जाते. एका पाकळीसाठी लाकूड आणि प्लायवूडच्या साहाय्याने फ्रेमवर्क तयार केले जाते. लांबी, पलटीच्या साहाय्याने प्लायवूडचा पृष्ठभाग गुळगुळीत केला जातो. पृष्ठभागावर त्यानंतर ग्लास फायबरचा थर अंथरला जातो. रेझिन, हार्डनर, कोबाल्ट

आणि रंग याचे विशिष्ट प्रमाणातील मिश्रण या थरावर ओतले जाते. या सर्वांची रासायनिक प्रक्रिया घडून फायबरचा ठरावीक जाडीचा थर निर्माण होतो. विशिष्ट जाडीसाठी याच पद्धतीने एकावर एक थर चढवले जातात.

थराची जाडी डोमच्या व्यासानुसार बदलते. ७० फूट व्यासाच्या डोमची जाडी फक्त आठ ते १० मिमी असते. साधारणत: ४८ तासांमध्ये एका पाकळीमध्ये पूर्ण ताकद निर्माण होते. इतर पाकळ्या अशाच पद्धतीने बनवल्या जातात. प्रत्यक्ष डोम उभारण्यापूर्वी कारखान्यात त्याची उभारणी करून चाचणी घेतली जाते. त्यामुळे काही त्रुटी आढळल्यास त्या दूर करता येतात. मंद निळा, लाल, पिवळा, दुधी रंगाची निवड डोमसाठी केली जाते. १० फूट व्यासापासून ७० फूट व्यासापर्यंत डोम अशा पद्धतीने बनवणे शक्य होते. डोमची उंची सर्वसाधारणत: व्यासाच्या अर्धी असणे योग्य ठरते. अशा प्रकारच्या डोममध्ये सर्वाधिक ताकद आढळते. डोमच्या उंचीचे प्रमाण आवश्यकतेनुसार कमी करता येते. मोठ्या आकाराच्या डोमच्या पाकळ्यांची लांबी पाच फुटापर्यंत ठेवणे योग्य ठरते. यामुळे पाकळ्यांची उभारणी, हाताळणी करणे सोपे जाते. प्रत्यक्ष जागेवर उभारणी करताना आवश्यकतेनुसार लोखंडी अथवा लाकडी पहाड तयार केला जातो. उभारणी प्रक्रिया पूर्ण झाल्यावर पहाड विलग केला जातो. पाकळ्या एकमेकांना जोडण्यासाठी स्टेनलेस स्टीलच्या गंजरोधक नटबोल्टचा उपयोग केला जातो. या पद्धतीने संपूर्ण पाकळ्यांची एकमेकांना व्यवस्थित जोडणी केली जाते. पाकळ्यांमधील सांधे भरण्यासाठी सिलिकॉन सीलंट अथवा फायबरची कॅप वापरली जाते. डोम बनवणे आणि उभारणी करणे यासाठी संपूर्णत: मनुष्यबळाचा वापर केला जातो.

फायबर डोमचे फायदे

ऊन, वारा, पाऊस, वादळ अशा सर्व नैसर्गिक आपत्तींना तोंड देता येईल अशी ताकद फायबर डोममध्ये आढळते. फायबर डोम गंजत नाही अथवा त्याला लाकडासारखी वाळवी लागत नाही. डोम बनवण्याच्या प्रक्रियेमध्येच रंगांचा वापर केल्याने वर्षांनुवर्षे रंगांचे सातत्य राहण्यास मदत होते. फायबर डोमची आघात क्षमता उच्च दर्जाची आढळते. फायबर डोमच्या उभारणीसाठी कोणत्याही बाह्य आधाराची गरज नसते. फायबरमध्ये उष्णता आणि ध्वनिरोधक क्षमता असल्याने अशा प्रकारे बनवलेल्या डोमचा अंतर्भाग आल्हाददायक असतो. बाह्य भाग गुळगुळीत असल्याने पाण्याने स्वच्छ करता येतो. आगीच्या आपत्कालीन प्रसंगी फायबर डोम अग्निरोधक क्षमता असल्याने सुरक्षित राहतो. वैविध्यपूर्ण गुणधर्म आणि रचनेमुळे अशा डोमचा अनेक ठिकाणी वापर होताना दिसतो. इमारतींचे पोर्च, हॉस्पिटलचे मध्यवर्ती छत, रेल्वे स्टेशन, शॉपिंग मॉल, कॉलेज, बंगले, मंदिराचे सभामंडप या ठिकाणी असणारे डोम पाहताक्षणी आपली नजर खिळवून ठेवतात.

•••

प्रगत देशातील गृहनिर्मिती

जगातील प्रगत देशांमध्ये अग्रस्थानी असणारा देश म्हणजे अमेरिका. भारताच्या तिप्पट क्षेत्रफळ परंतु एकतृतीयांश लोकसंख्या असणारा देश. या देशातील घरे बांधण्याची पद्धत आणि बांधकाम साहित्य यामध्ये आपल्यापेक्षा निश्चित वेगळेपणा जाणवतो. त्याचे प्रमुख कारण आहे इथले हवामान आणि भौगोलिक परिस्थिती. येथील घरांना निसर्गाच्या तीव्र बदलांचा सामना करावा लागतो. घरबांधणीसाठी कालावधी आणि मनुष्यबळ आपल्यापेक्षा कमी लागते.

अमेरिकेत जगातील आठ टक्के जंगल क्षेत्र सामावले असून, देशाचा ३० टक्के भाग विपुल घनदाट जंगलांनी व्यापला आहे. अशा जंगलात १००हून अधिक विविध प्रकारची वृक्षसंपदा असल्याने घरे बांधण्यासाठी यामधील लाकूड वापरले जाते. ओक, पाईन, रेड पाईन इत्यादी वृक्षांचे लाकूड लवचीक आणि टिकाऊ असल्याने त्याची निवड घर बांधण्यासाठी जास्त प्रमाणात होते. अमेरिकेत अंदाजे ७७ कोटी एकर जंगल क्षेत्र असून, त्यापैकी ५३ कोटी क्षेत्र व्यापारासाठी आणि उर्वरित पार्क, रिक्रिएशनसाठी राखीव ठेवले आहे. येथील अलास्का, ओरेगॉन, कॅलिफोर्निया, मिसिसिपी, फ्लोरिडा, वॉशिंग्टन या भागांत विपुल प्रमाणात टिंबर लँड जोपासली जातात.

लाकूड व्यापारात ७० टक्के मालकी हक्क खासगी असून उर्वरित सरकारी आहे. आज येथे ५० हजाराहून अधिक टिंबर सॉ मिल प्लान्ट कार्यरत असून घरबांधणीसाठी लाकूड बनवण्यासाठी त्यांचा मोठा सहभाग आहे. घरांसाठी वापरणाऱ्या प्लायवूडसाठी लागणारा कच्चा माल याच प्लान्टद्वारे पुरवला जातो. कॅलिफोर्नियासारख्या ठिकाणी भूकंप प्रवणता जास्त असल्यामुळे तेथे भिंती बांधताना विटांएवजी प्लायवूडचा

शिअर वॉल म्हणून वापर केला जातो. भूकंपावेळी लाकडामधील लवचीकता हा गुणधर्म घर कोसळण्यापासून सुरक्षित राहण्यास मदत करतो.

रचना

या देशात जागेची कमतरता नसल्याने येथील जवळपास प्रत्येक घराभोवती स्वतंत्र लँडस्केप करण्यासाठी वास्तुरचनाकार, विकसनकार आणि घरमालक या सर्वांनाच मोठा वाव असतो. येथील घरांच्या सोसायटीमध्ये क्लब हाऊस, स्वीमिंग पूल, लँडस्केप, जॉगिंग ट्रॅक, पाथवे अशा गोष्टींना प्राधान्य दिले जाते. अनेक ठिकाणी कृत्रिम तलाव बनवून त्यामध्ये कारंजे, बदके, बगळे असे प्राणी व सभोवताली विविध झाडे लावून परिसर अधिक निसर्गरम्य बनवला जातो. अमेरिकेत १९७२ मध्ये क्लीन वॉटर ॲक्ट लागू झाल्यामुळे पाणी साठवण्यासाठी तयार केलेल्या सर्व सार्वजनिक अथवा खासगी जागा कायमस्वरूपी स्वच्छ आणि आरोग्यदायी ठेवणे इथे बंधनकारक बनले आहे. अशा सर्व गोष्टींची देखभाल इथे काटेकोरपणे करावी लागते. घराचा पाया बनवताना आवश्यक तेवढे खोदकाम आणि पीसीसी केले जाते. प्लिंथ बांधण्यासाठी पोकळ ब्लॉक्सचा वापर होतो. प्लंबिंग, ड्रेनेज, वॉटर यांच्या पाईपलाइन प्लिंथच्या खालून घराबाहेर आणल्या जातात, त्यामुळे नंतरची तोडफोड होत नाही. इथे नदी व समुद्रातील वाळू बरोबरच पुनर्प्रक्रिया केलेली वाळू उपयोगात आणली जाते. भरावासाठी पुनर्प्रक्रिया केलेली वाळू वापरणे उपयुक्त ठरते. घराचा लाईन आऊट (घराची जमिनीवरील आखणी) करण्यासाठी अद्ययावत जीपीएस यंत्रणा वापरतात. त्यामुळे हद्दीचे वादविवाद नंतर उद्भवत नाहीत.

पायाचे काम

पाया संपूर्णतः पूर्ण झाल्यानंतर भिंतीचे काम चालू होते. बाह्य आणि अंतर्गत भिंतीसाठी लाकडी फ्रेमवर्क केले जाते. भिंतीचे फ्रेमवर्क जागेवर आणि छताचे लाकडी ट्रस फॅक्टरीमधून आणले जातात. ट्रस उभारणीसाठी क्रेनचा वापर करतात. प्लिंथ आणि भिंतीचे फ्रेमवर्क एकमेकांना जोडण्यासाठी स्टील बोल्टचा वापर करतात. भिंतीसाठी जिप्सम बोर्ड, फायबर सिमेंट पॅनेल आणि दर्शनी भागात वीटकाम केले जाते. या वीटकामातील ॲशलर जॉइंटचे सांधे भरून त्यांना उठाव दिला जातो. फ्रेमवर्कमध्ये तीन इंच जाडीचे इन्सुलेशन फोम वापरून घराला उष्णता आणि थंडीपासून सुरक्षित करतात. इन्सुलेशनसाठी अनेकदा पॉलिस्टरिन, पेपरक्रिट, सेल्युलोज, रॉक वूल, फायबर ग्लास इत्यादी पर्याय वापरले जातात. अंतर्गत दमटपणा नियंत्रित करण्यासाठी पॉलिइथेलिन अथवा रबर शीटचा उपयोग करतात. बाह्य भागात पॉली व्हिनॅल क्लोराइड म्हणजेच पीव्हीसी मटिरियलचे आकर्षक सायडिंग बसवले जाते. त्याची आघात क्षमता उच्च दर्जाची असल्यामुळे घर ऊन, वारा, पाऊस, बर्फ इत्यादीपासून सुरक्षित बनते.

बांधणी

बहुसंख्य घरांचे छत उतरते असते. त्यावर वॉटरप्रूफिंगसाठी ॲस्फाल्ट शिंगल टाइल्स बसवतात. छतापासून जमिनीपर्यंत पाइपलाइन आणून रेन वॉटर हार्वेस्टिंग केले जाते. छताचे त्रिकोणी ट्रस आणि फॉल्स सीलिंग यामधील जागेतून इलेक्ट्रिकल, वातानुकूलित, धूर शोधणाऱ्या इत्यादी यंत्रणांचे पाईप नेण्यास योग्य जागा असते. फॉल्स सीलिंगच्या आत सर्व पाईप झाकले जातात. दुमजली घराचे स्लॅब बनवताना प्लायवूडचा वापर केला जातो. दरवाजे फायबर ग्लास आणि खिडक्या यूपीव्हीसी मटिरियलमध्ये वापरतात. अनेक घरांमध्ये चारचाकीसाठी

पाया व वरील भागाचे सुरू असलेले बांधकाम.

लागणारे गॅरेज हा घराचाच एक भाग असतो. काही गॅरेजमध्ये दोन कार बसतील एवढी मोठी जागा असते. फ्लोअरिंग ताकदवान करण्यासाठी फायबर काँक्रीटचा वापर करतात. कारमधूनच गॅरेजचा दरवाजा स्वयंचलित पद्धतीने उघडण्याची यंत्रणा उपयुक्त ठरते. येथील प्रत्येक घरातील बैठकीच्या खोलीलगत छोट्याशा पोर्चची रचना असते. तेथून बाहेरील निसर्गाचा आनंद घेता येतो. पदपथ बनवण्यासाठी प्रीकास्ट काँक्रीट स्लॅबचा वापर केल्याने भविष्यातील देखभाल खर्च कमी येतो. या देशातील घरांची रचना, पर्यावरणपूरक घरबांधणी, सार्वजनिक स्वच्छता, शिस्तबद्ध वाहतूक या गोष्टी अनुकरणीय आहेत.

•••

विभाग ३

शहर आणि घरांच्या रचना

बांधकाम क्षेत्रात रोज नवनवीन तंत्रज्ञान येत आहे. तंत्रज्ञानाची देवाणघेवाण करणेही आज सहज शक्य झाले आहे. देशातील शहरे खऱ्या अर्थाने स्मार्ट करण्यासाठी आणि सर्वसामान्य नागरिकांचे जीवन सुसह्य करण्यासाठी अशा तंत्रज्ञानाचा प्रत्यक्षात वापर होणे आवश्यक आहे. या सदरात ग्रीन बिल्डिंग संकल्पना, अपारंपरिक ऊर्जा निर्मिती, बांधकाम सुरक्षितता, वृक्ष संवर्धनाचे महत्त्व अशा अनेक महत्त्वपूर्ण विषयांची ओळख आपल्याला होणार आहे. देशाचे भावी अभियंते आगामी काळातील प्रकल्पांवर त्यांचा योग्य उपयोग करतील हे निश्चित.

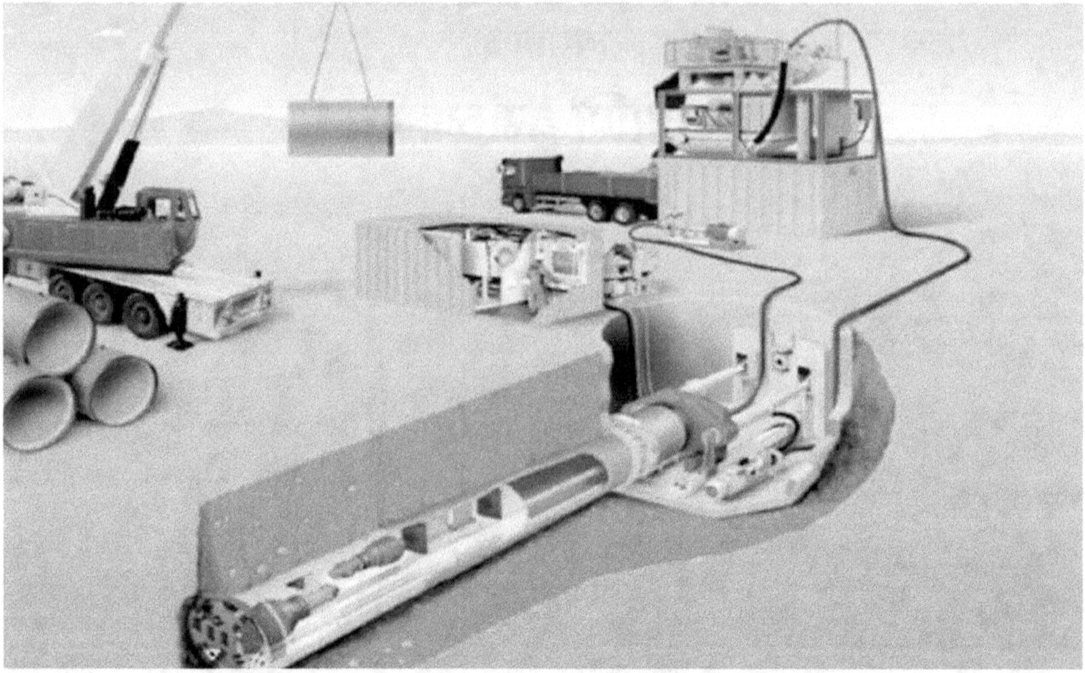

खोदाईविरहित जगाची ओळख

कॉमनवेल्थ क्रीडा स्पर्धा संपेपर्यंत जून २००८ ते २०१० या काळात राजधानी दिल्लीमध्ये कोठेही खोदकाम झाले नाही, परंतु सर्व विकासकामे मात्र वेगाने सुरू होती. त्यासाठी ट्रेंचलेस टेक्नॉलॉजी या अद्ययावत खोदाई यंत्रणेचा वापर करण्यात आला. कोणताही रस्ता न खोदल्याने राजधानीच्या वैभवाला कोठेही गालबोट लागले नाही. आज जगातील सर्व प्रगत राष्ट्रांनी या यंत्रणेचा वापर मोठ्या प्रमाणावर करण्यास सुरुवात केली आहे.

या यंत्रणेमध्ये भुयारी मार्गाने खोदाई करून, जमिनीखालून पाणी, ड्रेनेज, टेलिफोन, वायू इत्यादी वाहिन्या अतिशय सुरक्षितपणे टाकता येतात. गेल्या काही वर्षांमध्ये देशातील अनेक शहरांचा विकास झपाट्याने होत आहे. प्रतिवर्षी शहरांमध्ये लाखो स्क्वेअर फूट बांधकाम होत असते. सर्व बांधकामांना पायाभूत सुविधा उपलब्ध करून देणे महाकठीण काम असते. अशा सुविधा प्रामुख्याने रस्त्याच्या दोन्ही बाजूंना उपलब्ध करून देण्यासाठी रस्त्याची खोदाई, सुविधांची जोडणी, रस्ता बुजवणे ही प्रक्रिया नेहमीच सुरू असते.

पावसाळ्याच्या तोंडावर तर अशा सर्व कामांचा मोठा जोर असतो. सर्वांनाच पावसाळ्याआधी ही कामे पूर्ण करण्याची घाई असते. पारंपरिक पद्धतीमध्ये जमिनी खालील सुविधा पुरवण्यासाठी टिकाव, फावडे यांच्या साहाय्याने मजूर खड्डा खोदतात. त्याचप्रमाणे जेसीबी, पोकलेन, जॅकहॅमर अशा मशिनरीचा खोदकामासाठी वापर केला जातो. अनेकदा खोदाई करताना जमिनीखालील चालू अवस्थेतील पाईपलाइन, ड्रेनेज यांना धक्का पोहोचू शकतो. या सर्वांवर मात करण्यासाठी आधुनिक ट्रेंचलेस टेक्नॉलॉजीचा वापर करणे आजच्या काळात उपयुक्त असणार आहे.

हॉरिझॉन्टल डिरेक्शनल ड्रिलिंग

चालू स्थितीतील सुविधांना कोणताही धोका न होता, नवीन सुविधा पुरवण्यासाठी या यंत्रणेचा वापर केला जातो. जमिनीशी समांतर पद्धतीने ही यंत्रणा काम करते. जमिनीअंतर्गत १०० मिलिमीटर ते एक मीटर व्यासाचे आणि एक किलोमीटर अंतरापर्यंतचे सलग भुयार या पद्धतीने सुरक्षितपणे करता येते. अशा भुयारातून सर्व प्रकारच्या वाहिन्या एका ठिकाणाहून दुसरीकडे नेता येतात. अशा यंत्रणेचा वापर करून काही देशांमध्ये नदीच्या तळाखालून कित्येक किलोमीटर लांबीच्या वाहिन्या सुरक्षितपणे यशस्वीरीत्या नेण्यात आल्या आहेत.

सर्वेक्षण पद्धती

या तंत्रज्ञानात प्रथम शहराच्या चालू अवस्थेतील सर्व सुविधांचा नियोजनपूर्वक सर्वेक्षण केले जाते. त्यासाठी इलेक्ट्रोमॅग्नेटिक सिस्टिम अथवा जीपीआर अशा दोन उपकरणांचा वापर केला जातो. या उपकरणांमुळे जमिनीखालील चालू अथवा बंद अवस्थेतील सुविधा नेमक्या कोठे व किती खोलवर आहेत हे समजते. जमिनीखाली एखादी विद्युतवाहिनी असेल तर तिच्याभोवती स्वतःचे चुंबकीय वलय असते. अशा चुंबकीय वलयाची नोंद सिग्नलच्या रूपाने सिस्टिम ऑपरेटरला मिळते. तो त्याची नोंद करतो. जमिनीखालील बंद अवस्थेतील केबल्स, धातूचे पाईप अशा गोष्टींचा शोध घेण्यासाठी याच उपकरणाला एक विशिष्ट छोटे यंत्र जोडले जाते. त्याला 'मॅनहोल' म्हणतात. कोणीही व्यक्ती सहजपणे हाताळू शकेल इतक्या हलक्या वजनाचे हे उपकरण असते. जीपीआर उपकरणामधून अतिउच्च दाबाच्या रेडिओ लहरी जमिनीमध्ये सोडल्या जातात. या लहरी जमिनीअंतर्गत असणाऱ्या केबल्स, पाइपसारख्या वस्तूंवर आघात करून त्यांच्या परावर्तित नोंदी उपकरणामध्ये करतात. जमिनीवर दोन ते तीन वेळा समांतर आणि काटकोनामध्ये उपकरणाचा वापर करून अधिक अचूक नोंदी आपणास करता येते. हे सर्वेक्षण ९५ ते ९८ टक्के अचूकता दर्शवते. उपलब्ध माहिती संगणकाला जोडून जमिनीअंतर्गत वाहिन्यांचा नकाशा तयार करता येतो. दोन्ही उपकरणांचा वापर करून त्याची एकत्रित माहितीच्या आधारे मास्टर प्लॅन बनवला जातो. जलवाहिनीची अथवा ड्रेनेजलाइनची सद्यस्थिती जाणून घेण्यासाठी सीसीटीव्हीचा वापर केला जातो. या उपकरणामध्ये लवचीक धातूचे मोठे रीळ असते. त्याच्या सुरुवातीला शक्तिशाली प्रकाशझोत असणारा छोटा कॅमेरा जोडला जातो. शंभर मीटर अंतरापर्यंत संपूर्ण अंतर्भागाचे चित्रीकरण कॅमेऱ्याच्या साहाय्याने करता येते. कॅमेरा ३६० अंशामध्ये स्वतःभोवती फिरू शकतो. उपकरणाच्या दुसऱ्या बाजूला मॉनिटरची सोय असते. त्यावर चित्रीकरण पाहता येते.

व्हॅक्यूम एस्कव्हेशन

जमिनीअंतर्गत चालू अवस्थेतील एखाद्या वाहिनीच्या दुरुस्तीसाठी व्हॅक्यूम एस्कव्हेशन या यंत्राचा वापर करण्यात येतो. या यंत्राद्वारे हवेचा अथवा पाण्याचा प्रचंड दाब असणारा फवारा नियोजित जागी करण्यात येतो. दुरुस्तीच्या जागी यामुळे आवश्यक तेवढ्या खोलीचा खड्डा तयार होतो. दुरुस्ती करताना इतर वाहिन्यांना धोका उत्पन्न होत नाही. वारंवार खोदाईमुळे होणारे त्रास, नागरिकांची गैरसोय टाळण्यासाठी बांधकाम क्षेत्रातील आधुनिक यंत्रणेचा वापर करणे काळाची गरज आहे.

•••

स्मार्ट पार्किंग मॅनेजमेंट

सध्या सर्वत्र स्मार्ट सिटीबाबत चर्चा चालू आहे. एखादे नवीन शहर स्मार्ट सिटी संकल्पनेनुसार निर्माण करणे सोपे असणार आहे, कारण तेथे नियोजनास भरपूर वाव असतो. शहराची सस्टेनेबल डेव्हलपमेंट करण्यासाठी आजच्या आणि भविष्यातील वाढीव गरजांचा सखोल अभ्यास करावा लागतो. स्मार्ट सिटी म्हणजे ध्वनी आणि वायू प्रदूषण, नागरिकांची सुरक्षितता, कचरा व्यवस्थापन, पाणीपुरवठा, ऊर्जेचा वापर, बांधकामांचा दर्जा, सार्वजनिक वाहतूक व्यवस्था, आरोग्य, शिक्षण, नागरिकांचे राहणीमान अशा सर्वच गोष्टींचा विशिष्ट दर्जा असणारे शहर.

जर शहरातील सार्वजनिक वाहतूक व्यवस्था सक्षम असेल तर रस्त्यावरील खासगी वाहने आपोआप कमी होऊन प्रदूषण, वाहतूककोंडी अशा दैनंदिन समस्यांवर नियंत्रण ठेवता येते, परंतु आज अनेक शहरांत वाहनांची संख्या आणि त्यासाठी आवश्यक असणारी पार्किंगची उपलब्धता यांचे प्रमाण व्यस्त आहे. याबाबत आपण नक्की कोठे आहोत आणि त्यासाठी कोणत्या उपाययोजना तातडीने राबवता येतील याची योजना शहर प्रशासनाने वेळच्या वेळी करायची असते. देशातील विविध शहरे ज्या समस्यांनी आज ग्रासली आहेत, तशा समस्या प्रगत देशांतील शहरांसमोर होत्या, परंतु अनेक शहरांनी त्यावर कशा प्रकारे मात केली हे जाणणे योग्य आहे.

कार्बन उत्सर्जन

जागतिक सर्वेक्षणानुसार शहरातील वाहतूककोंडीस पार्किंग व्यवस्था सक्षम नसणे हे प्रमुख कारण असते. शहरात अनेकदा आपल्या वाहनासाठी पार्किंगची जागा शोधण्यातच चालकाचा मौल्यवान वेळ, इंधन आणि

पैसा विनाकारण वाया जात असतो, त्यामुळे शहरात जास्त कार्बन उत्सर्जन होऊन प्रदूषणाची पातळी वाढते हे वेगळे सांगण्याची गरज नाही. गेल्या दशकात चीन देशाने केलेल्या पायाभूत सुविधांचे साऱ्या जगाने कौतुक केले. दुर्दैवाने आज त्या देशातील अनेक शहरांत नागरिकांवर भयंकर प्रदूषणाला सामना करण्याची वेळ आली आहे. प्रदूषणाच्या पातळीनुसार मास्क घालून त्यांच्या दैनंदिनीची सुरुवात होते. प्रगत असणाऱ्या अमेरिकेत हवेचे प्रदूषण नाही; परंतु हवामानातील तीव्र बदलानुसार एकाच दिवशी छत्री, रेनकोट, जॅकेट, टोपी, गॉगल जवळ बाळगून नागरिकांना घराबाहेर पडावे लागते. आपण त्याबाबत अजूनतरी सुखी आहोत असेच म्हणणे योग्य ठरेल.

पार्किंगचे नियोजन

अमेरिका म्हणजे भारताच्या तिप्पट क्षेत्रफळ, परंतु एकतृतीयांश लोकसंख्या असणारा देश. या देशातील वाहनांची संख्या अंदाजे २५ कोटी असूनही त्यासाठी असणाऱ्या पार्किंगची संख्या ५० कोटी आहे. तरीसुद्धा शिकागोसारख्या स्मार्ट शहरात वाहनांना सहजासहजी पार्किंग मिळणे अनेकदा अवघड असते. त्यासाठी येथील नागरिकांना मदत होते स्मार्ट पार्किंग मॅनेजमेंटची. पर्यटनाचे आकर्षण असलेल्या अशा शहरात वीकएन्डला लाखोंच्या संख्येने पर्यटक आपापल्या वाहनांनी येत असतात, त्यामुळे शहराच्या मध्यवर्ती भागात वाहतुकीची कोंडी टाळण्यासाठी काही रस्ते आणि चौकांत पार्किंग निषिद्ध आहे. येथील सर्व रस्त्यांवर दिव्यांग व्यक्तींसाठी पार्किंगची जागा राखीव असते. इतर भागात वेळेनुसार फ्री अथवा पेड पार्किंग वाजवी दरात उपलब्ध असते. नागरिकांची लुबाडणूक होईल, अशी मानसिकता येथे कोठेही दिसत नाही. संपूर्ण शहर, रस्ते, आणि तेथील पार्किंगची जागा जीपीएस प्रणालीद्वारे आपल्याला पाहता येते. रस्त्यांची स्वच्छता, वाहतूक नियमांचे पालन, वेगमर्यादा इ. गोष्टींवर येथील सीसीटीव्ही कॅमेरे चोवीस तास नजर ठेवून असतात. वाहनांची सुस्थिती, प्रदूषण चाचणी, लायसेन्स, नंबर प्लेट इत्यादी गोष्टींबाबत चालकांना सदैव सतर्क राहावे लागते. वाहतूककोंडी टाळण्यासाठी वेळ, पैसा आणि इंधन यांची बचत करणारे कार पूल, राईड शेअरिंग असे पर्याय नागरिक निवडतात.

पार्किंग व्यवस्थापन

स्मार्ट पार्किंग मॅनेजमेंट म्हणजे माहिती आणि तंत्रज्ञान, दूरसंचार, पायाभूत सुविधा यांचा समन्वय. यामध्ये व्हेईकल सेन्सर्स, सीसीटीव्ही कॅमेरे, वायरलेस कम्युनिकेशन, डाटा ॲनॅलेसिस, स्मार्ट मोबाईल ॲप्लिकेशन, ऑटोमेटिक पार्किंग, जीपीएस प्रणाली इत्यादी गोष्टींचा वापर यात केला जातो. आपल्या वाहनांसाठी जागा शोधणे, त्यांचे आरक्षण, अचूक स्थान, पेमेंट इत्यादी गोष्टी इंटरनेट, मोबाईल, क्रेडिट कार्ड यांच्या साहाय्याने सहजपणे साध्य

होतात. पार्किंग पेमेंटसाठी रोख पैशाचा वापर नसल्याने त्यामधील गैरप्रकार टाळले जातात. चालकाचा पार्किंगची जागा कमीतकमी वेळेत उपलब्ध करणे हे स्मार्ट पार्किंग मॅनेजमेंटचे प्रमुख उद्दिष्ट आहे. रस्त्यावरील पार्किंग व्यवस्थापन करण्यासाठी सेन्सर्स, मेसेज सिस्टिम, ट्रॅफिक कंट्रोल डिव्हाईस, वायरलेस, कॉम्प्युटर, सर्व्हर इ. गोष्टींची मदत घेतली जाते. येथील अनेक बहुमजली इमारतींमध्ये स्वयंचलित पार्किंग यंत्रणा बसवल्या आहेत. त्या इमारतींमध्ये जिना, रॅम्प अथवा ड्राईव्ह-वे नसल्याने ठरावीक जागेत दुप्पट वाहनांचे पार्किंग करता येते. लिफ्ट, स्लायडिंग प्लॅटफॉर्म, रोबोटिक पॅलेट, वॅलेट सिस्टिमद्वारे संपूर्ण व्यवस्थापन केले जाते. महामार्गावरील चालक सेफ्टी बेल्ट, टोल टॅग, पार्किंग टॅग, लायसेन्स प्लेट, मोबाईल ॲप, जीपीएस इ. गोष्टींनी सुसज्ज असतात. कोठूनही कोठे जाण्यासाठी जीपीएस यंत्रणा या देशात सर्वांना मोफत आहे.

पार्किंगची सुविधा

अमेरिकेत आज पार्किंग सुविधा पुरवणाऱ्या कंपन्यांची वार्षिक उलाढाल २५ अब्ज अमेरिकन डॉलरपर्यंत पोचली आहे. या देशात अंदाजे ८० कोटी पार्किंग स्पेस असून, त्यापैकी २० लाख नागरिकांना मोफत आहेत. फक्त पार्किंग सुविधा पुरवणारी इथे ४० हजार गॅरेजेस आहेत. एकेका गॅरेजमध्ये १० ते १५ हजार पार्किंगची व्यवस्था करता येते.

शहराचे पर्यटन क्षेत्र विकसित करण्यापासून रोजच्या दैनंदिन जीवनात पार्किंग व्यवस्थापन निगडित झाले आहे. अद्ययावत तंत्रज्ञानाची जोड असल्यामुळे जगभरातून आणि विशेषतः आखाती देशातून यासाठी मोठी मागणी आहे. स्मार्ट सिटीसाठी रस्ते, हॉटेल, शॉपिंग, हॉस्पिटल, विमानतळ, विद्यापीठे, कॉलेज, रेल्वे आणि बसस्थानके अशा सर्वच ठिकाणी पार्किंगचे व्यवस्थापन आपल्यालाही करावे लागणार आहे.

•••

सुरक्षित बांधकामाची गुरुकिल्ली

आपल्या देशात कृषीनंतर बांधकाम क्षेत्र दुसऱ्या क्रमांकावर असून रिअल इस्टेट आणि इन्फ्रास्ट्रक्चर हे त्यामधील दोन उपविभाग आहेत. या बलाढ्य क्षेत्रात वर्षाकाठी होणारी उलाढाल हजारो कोटींची असून, देशाच्या जीडीपी म्हणजेच सकल राष्ट्रीय उत्पन्नात या क्षेत्राचा वाटा उल्लेखनीय असतो. आज देशातील कोट्यवधी लोक या क्षेत्राशी निगडित असून, देशाच्या नवनिर्मितीत असणारे त्यांचे योगदान महत्त्वाचे आहे. रोजगाराच्या विविध संधी उपलब्ध असल्याने या क्षेत्रात पदार्पण करणाऱ्यांची संख्यासुद्धा मोठी असते. परंतु या क्षेत्रात काम करताना आज सुरक्षिततेचा विचार गांभीर्याने होण्याची गरज आहे.

बांधकामाच्या विविध टप्प्यांवर कामे करताना सुरक्षितता वेळोवेळी तपासली तर दुर्घटनांवर मात करून प्रकल्प पूर्ण करण्याचे उद्दिष्ट आपणास साध्य करता येते. त्यासाठी सुरक्षिततेबाबत असणाऱ्या विविध उपाययोजनांची माहिती या क्षेत्राशी निगडित असणाऱ्या सर्वांनाच असणे काळाची गरज आहे. बांधकाम प्रकल्पांमध्ये सुरक्षितता, दर्जा आणि वेग या तीनही गोष्टी महत्त्वपूर्ण असतात. अनेकदा बांधकामाचा वेग वाढला असता दर्जा घसरण्याची शक्यता असते. प्रकल्पांवर प्रत्यक्ष काम करताना या दोन्ही गोष्टींचे संतुलन ठेवणे हीच खरी कसोटी ठरते.

पूर्व प्रकल्पांच्या सर्वेक्षणानुसार बांधकाम प्रकल्पांवर विविध प्रकारचे अपघात घडू शकतात. यामध्ये उंचीवरून पडणे ५६ टक्के, बांधकाम अंगावर कोसळणे २१ टक्के, चालत्या वाहनांचा धक्का लागणे १० टक्के, विद्युतप्रवाहाचा शॉक बसणे ५ टक्के, उचललेली वस्तू अंगावर पडणे ३ टक्के, चलयंत्राच्या संपर्कात येणे ३ टक्के, उष्ण आणि हानिकारक वस्तूंचा संपर्क होणे २ टक्के असे आहे. अशा सर्व ठिकाणी वित्त अथवा जीवितहानी

होण्याचा संभव असतो. बांधकाम प्रकल्पांवरील खोदलेले खड्डे, उंचीवरील कामे, शिड्यांचा वापर, स्कॅफोल्डिंग, वेल्डिंग, ड्रिलिंग, ज्वलनशील पदार्थांचा साठा, वाहतुकीचा रस्ता, बांधकाम साहित्यांची वाहतूक, विविध मशिनरी यासंबंधित कामे करताना सुरक्षिततेची काळजी घेणे आवश्यक आहे.

आखाती देशातील सुरक्षा

आखाती देशातील बांधकाम प्रकल्पांवर सुरक्षिततेच्या बाबतीत असणाऱ्या उपाययोजना आपल्यासाठी अनुकरणीय आहेत. तेथील बांधकाम प्रकल्पांवर सुरक्षा अग्रस्थानी गणली जाते. ओमान, दुबई, अबुधाबी, शारजा, बहारीन, कुवेत, कतार, सौदी अरेबिया इत्यादी देशांत आजही हजारो भारतीय कामगार आणि अभियंते तेथील बांधकाम प्रकल्पावर कार्यरत आहेत. गुणवत्ता आणि सुरक्षितता यामध्ये सुरक्षिततेला त्या सर्व देशांत प्राधान्य दिले जाते. तेथील बहुसंख्य बांधकाम कंपन्यांकडे गुणवत्तेच्या आस्थापनेसाठी असणारे आयएसओ ९००१, उत्कृष्ट वातावरण निर्मितीसाठी असणारे आयएसओ १४००१ आणि सुरक्षिततेसाठी असणारे आयएसओ १८००१ प्रमाणपत्रे आहेत. जागतिक स्तरावर सुरक्षा प्रमाणपत्राची ओळख ओएचएसएएस म्हणजे ऑक्युपेशनल हेल्थ अँड सेफ्टी असेसमेंट सिस्टिम अशी आहे. सन १९९० पासून बांधकाम क्षेत्रात आयएसओ १८००१ प्रमाणपत्र देण्याची सुरुवात झाली. आयएसओ १८००१ मधील सुरक्षिततेबाबत असणारे नियम कडक आहेत. आपल्या शेजारील ओमान देशात सुरक्षेबाबत घेतली जाणारी उपाययोजना वाखाणण्याजोगी म्हणता येईल. या देशात कित्येक वर्षे सुलतान खबूस यांची राजवट होती. देशात अनेक बांधकाम प्रकल्प कार्यरत असून, त्या सर्वांवर तेथील राज्यकर्त्यांची करडी नजर असते. दरवर्षी देशात कार्यरत असणाऱ्या बांधकाम कंपन्यांसाठी 'सुरक्षितता अभियान स्पर्धे'चे आयोजन केले जाते. कामगारांच्या सुरक्षिततेची सर्वोच्च काळजी घेणाऱ्या बांधकाम कंपनीचा राज्यकर्त्यांतर्फे गौरव केला जातो. ओमानमधील 'गल्फार कंपनी' अनेक वर्षे सातत्याने असा पुरस्कार पटकावत आहे. जवळपास दहा हजार बांधकाम कामगार आणि अभियंते या कंपनीत सुरक्षितपणे विविध बांधकाम प्रकल्पांवर कार्यरत असून, त्यामध्ये अनेक भारतीयांचा समावेश आहे. सुरक्षिततेबाबत एकूणच या देशात विविध बांधकाम कंपन्यांत चढाओढ असते. त्यामुळे कामगारांमध्ये स्वतःच्या सुरक्षिततेबाबत जागरूक राहण्याची भावना निर्माण होते. स्पर्धात्मक वातावरणामुळे मनोधैर्य उंचावते. असे स्तुत्य उपक्रम आपल्याकडे करण्यास प्रचंड वाव आहे.

सुरक्षिततेचे निकष

आयएसओ १८००१ प्रणालीत बांधकाम प्रकल्पावरील कामगारांचे आरोग्य आणि सुरक्षिततेबाबत दुर्घटना घडू नये म्हणून प्रयत्न केले जातात. यामधील जोखीमांचा पूर्वाभ्यास करून त्या कमी अथवा संपूर्णपणे नाहीशा करण्याबाबतचे प्रयत्न सातत्याने केले जातात. प्रकल्पावरील संभाव्य अपघात, त्यांची कारणे, ते कमी करण्याबाबतचे सुरक्षा नियम, त्यांची कठोर अंमलबजावणी यांचा कृती आराखडा प्रथमतः तयार करावा लागतो. सर्वच आयएसओ गुणवत्ता प्रणालीत कंपनी व्यवस्थापनाला नियोजन, कार्यवाही, तपासणी आणि पुनर्कार्यवाही अशा क्रमाने बांधकामातील सर्व टप्पे पूर्ण करावे लागतात. आयएसओ गुणवत्ता प्रणाली बनवताना जागतिक दर्जाच्या तज्ज्ञ सल्लागारांची मदत घेतली जाते. परदेशातील जवळपास सर्व बांधकाम प्रकल्पांवर सुरक्षितपणे काम करणे बंधनकारक असते. वरिष्ठांपासून तळापर्यंत सर्वांनाच सुरक्षिततेबाबत असणारे नियम पाळावेच लागतात. कोणालाही त्यामधून सवलत दिली जात नाही. जर वरिष्ठ अधिकारी स्वतःहून सुरक्षितता पाळत

असतील तर इतरांना आपोआपच त्याचे अनुकरण करावे लागते. बांधकामाचे विविध टप्पे सुरक्षितपणे होत आहेत की नाही याची तपासणी करण्यासाठी स्वतंत्र सुरक्षा अधिकाऱ्यांची नेमणूक अशा कंपन्यांमध्ये केली जाते. असे सेफ्टी ऑफिसर प्रकल्पावरील अभियंते आणि कामगारांच्या कामावर सतत नजर ठेवून असतात. प्रकल्पावर काम करणाऱ्या प्रत्येकाला सेफ्टी हेल्मेट आणि सेफ्टी शूज वापरणे बंधनकारक असते. कामगारांना या व्यतिरिक्त कामाच्या स्वरूपानुसार सेफ्टी जॅकेट, सेफ्टी बेल्ट, हँड ग्लोव्हज, गॉगल, मास्क इत्यादी सुरक्षा साधनांचा वापर करावा लागतो. उंच इमारतींना विविध उंचीवर सेफ्टी नेट बांधाव्या लागतात. प्रकल्पावर वाहने आणि विविध यंत्रप्रणाली चालवणाऱ्यांना योग्य प्रशिक्षण दिले जाते. प्रत्येक वाहनाचे ब्रेक, रिव्हर्स हॉर्न, प्रदूषण चाचणी, लायसेन्स अशा गोष्टींची नियमित तपासणी केली जाते. रात्रीच्या वेळी काम करताना प्रखर दिव्यांची सोय असते. आगीच्या आपत्कालीन प्रसंगाला सामोरे जाण्यासाठी सुसज्ज अग्निप्रतिबंधक यंत्रणा असते. संकटकाळी सर्व व्यक्तींना एका विशिष्ट जागी येण्यासाठीचा असेंब्ली पॉइंट असतो. आपत्कालीन वेळी इमारतीमधून बाहेर पडण्यासाठी असणारा मार्ग निश्चित केलेला असतो. एखाद्या ठिकाणी असुरक्षितपणे काम चालू असेल तर संबंधित व्यक्तींना प्रथमतः योग्य समज दिली जाते. पुढील वेळी त्यात सुधारणा दिसली नाही तर त्या व्यक्तीला त्याचा जाब द्यावा लागतो. झालेल्या प्रकाराची लेखी नोंद सुरक्षा अधिकाऱ्यास करून घटनेची माहिती त्वरित प्रकल्प व्यवस्थापनाला कळवावी लागते. यामध्ये जाणीवपूर्वक निष्काळजीपणा आढळल्यास संबंधित व्यक्तीला कामावरून कमी करून त्वरित मायदेशी पाठवण्यात येते.

सुरक्षिततेचे नियोजन

आठवड्यातील एक दिवस सुरक्षिततेबाबतीत असणाऱ्या नियमांची उजळणी करण्यासाठी सेफ्टी मीटिंग घेतली जाते. या वेळी खड्ड्यात, उंचीवर, स्कॅफोल्डिंगवर कामे करताना, मशिनरी चालवताना, यंत्रे हाताळताना, काँक्रीट, बांधकाम आणि प्लास्टर इत्यादी करताना आपल्या स्वतःची आणि इतरांची काळजी कशाप्रकारे घ्यावी याबाबत सेफ्टी ऑफिसरद्वारे मार्गदर्शन केले जाते. साईट ऑफिसमध्ये प्रथमोपचार पेटी, पोलिस स्टेशन, हॉस्पिटल, रुग्णवाहिका, संबंधित डॉक्टर्स, अग्निशामक यंत्रणांचे नंबर ठळकपणे बोर्डावर नमूद केलेले असतात. ज्वलनशील पदार्थांचा साठा, गोदामे, जिने, तळघर, रॅम्प, असेंब्ली पॉइंट, ऑफीस इत्यादी ठिकाणी नामदर्शक बोर्ड लावावे लागतात. महिन्यातील एक दिवस 'स्वच्छता दिन' म्हणून पाळला जातो, त्यामुळे प्रकल्पावरील वातावरण निरोगी राहण्यास मदत होते. प्रकल्पावरील सर्वांची वर्षातून एकदा आरोग्य तपासणी केली जाते. प्रकल्पावर काम करणाऱ्या सर्वांचा विमा उतरवला जातो. व्यवस्थापनाला दरवर्षी एक अंतर्गत सुरक्षा ऑडिट करावे लागते. त्यामधील त्रुटी दूर करून त्रयस्त तज्ज्ञ अधिकाऱ्यांमार्फत अंतिम ऑडिट केले जाते. सर्व त्रुटी दूर झाल्यानंतरच पुढील एका वर्षासाठी सुरक्षा प्रमाणपत्राची मुदत वाढवली जाते. अशा प्रकारच्या सुरक्षिततेच्या उपाययोजना आपल्या देशात कसोशीने पाळल्या गेल्या तर ज्या दुर्घटना आपल्या आजूबाजूला घडताना दिसतात त्यावर निश्चित मात करून वित्त अथवा जीवितहानी टाळता येईल.

•••

स्मार्ट सिटीसाठी वॉकिंग प्लाझा

स्मार्ट सिटी संकल्पनेमुळे शहराचे सध्याचे असणारे स्वरूप बदलेल, अशी आशा सर्वसामान्य नागरिक मनात बाळगून असतात. देशातील विविध शहर नागरी प्रशासनाने त्यासाठीचे प्रयत्न करण्यासाठी लागणारी पावले उचलण्यास सुरुवात केली आहे. या नवीन संकल्पनेत नागरिकांचा सहभाग तितकाच आवश्यक असतो. स्मार्ट सिटीच्या निमित्ताने शहराच्या पायाभूत सुविधा अधिक बळकट करण्याची मोठी संधी निर्माण होत असते. या निमित्ताने अनेक नवनवीन गोष्टी होणार असून, प्रशासनाला नागरिकांसाठी खूप काही नवीन करण्यासारखे असते.

आजच्या धकाधकीच्या जीवनात सर्वांनाच वाटते, की आपली संध्याकाळ आणि आठवड्याची सुटी तरी निदान शांततेत सुसह्यपणे जावी. अनेक शहरांचा विस्तार आता चहूबाजूने होत आहे. शहराच्या काही भागांत निवडक रस्त्यांवर ठरावीक दिवशी, ठरावीक वेळी 'वॉकिंग प्लाझा' ही संकल्पना सुरू करण्यास मोठा वाव आहे. जेणेकरून आपल्याच शहरातील रस्त्यांवरून गाडी चालवण्याऐवजी, पायी चालण्याचा मनमुराद आनंद कसा असतो, ते सर्वांनाच सहकुटुंब अनुभवायला मिळेल. आज देशातील अनेक महत्त्वाच्या शहरांची स्थिती एकसारखी आहे.

सर्वसामान्य नागरिक घरातून बाहेर पडल्यावर प्रदूषण, वाहतुकीची कोंडी, पार्किंगसाठी जागा मिळवणे अशा गोष्टींना तोंड देत असतो. ते करताना त्याचा वेळ, इंधन, पैसा या सर्वांचा अपव्यय होतो. यामध्ये आठवड्यातील सुटीचे दिवस तरी आरामदायी असावेत असे प्रत्येकाला वाटते. वॉकिंग प्लाझा संकल्पना याच गोष्टी नजरेसमोर ठेवून करण्यात आली आहे. कोणत्याही शारीरिक व्यायामाच्या प्रकारामध्ये सर्वात सोपा व्यायाम म्हणजे चालणे होय. वॉकिंग प्लाझा संकल्पनेत याच गोष्टीला प्राधान्य दिले आहे.

वॉकिंग प्लाझाचे नियोजन

अमेरिकेतील इंडियाना पोलिस या स्मार्ट सिटीजवळ असणारे कार्मेल हे ठिकाण स्थानिक नागरिक आणि येणाऱ्या पर्यटकांना वॉकिंग प्लाझा याच संकल्पनेमुळे आकर्षणाचे केंद्रबिंदू ठरले आहे. त्यासाठी स्थानिक प्रशासनाने सलग चार चौक असणाऱ्या अंदाजे एक किलोमीटर रस्त्याची निवड केली आहे. रस्त्याच्या दुतर्फा दुर्मिळ वस्तू, खाद्यपदार्थ यांची दुकाने आहेत. खाद्यपदार्थांची दुकाने असूनही कोणीही रस्त्यावर कागदाचा कपटासुद्धा टाकत नाही. संपूर्ण रस्ता दररोज स्वच्छ आणि चकचकीत ठेवला जातो. रस्त्यावर जुन्या काळातील आकर्षक चारचाकी वाहने पर्यटकांना पाहण्यासाठी ठेवलेली असतात. इंधन वापरणाऱ्या वाहनांना या रस्त्यावर मज्जाव असतो. फक्त बॅटरीवर चालणारी वाहने आणता येतात. सर्व जण शक्यतो फक्त पायी चालून शॉपिंगचा आनंद घेताना आढळतात. रस्त्यावर वाहने नसल्याने संपूर्ण परिसर ध्वनी आणि वायू प्रदूषणमुक्त राहण्यास मदत होते. येथे वर्तमानपत्र वाचणारा ज्येष्ठ नागरिक, खरेदी करणारी महिला, पुस्तक वाचणारा विद्यार्थी, व्हायोलिन वाजवणारा संगीतप्रेमी असे विविध पुतळे चक्क रस्त्यावर ठेवले आहेत. त्याकडे नजर जाताक्षणी ते अक्षरशः जिवंत असण्याचा भास होतो. रस्त्याच्या काही भागांत दुचाकी ठेवलेल्या आहेत. क्रेडिट कार्ड अथवा रोख डॉलर देऊन कोणीही त्याचा वापर करू शकतो. नेहमीच्या धकाधकीच्या दैनंदिन जीवनापासून असणारा वेगळेपणाचा आनंद इथेच आल्यावर अनुभवयास मिळतो.

पुण्यातील वॉकिंग प्लाझा

पुण्यातील जंगलीमहाराज रस्त्यावरील 'वॉकिंग प्लाझा'

याच संकल्पनेतून पुणे शहरात बाणेर आणि मध्यवर्ती गजबजलेल्या लक्ष्मी रोडवर असाच वॉकिंग प्लाझा प्रायोगिक तत्त्वावर करण्यात आला. तमाम पुणेकरांनी त्याला उत्स्फूर्त प्रतिसाद दिला. रस्त्याच्या मध्यावरून मनमुराद चालण्याचा अनुभव त्यांनी घेतला. एरवी सर्वच रस्त्यावर नागरिक अक्षरशः जीव मुठीत घेऊन चालत असतात. वाहनांची गर्दी, प्रदूषण, अतिक्रमणे यातून मार्ग काढत असतात. वॉकिंग प्लाझाच्या निमित्ताने नेहमीच्याच रस्त्याचा कायापालट झालेला दिसला. असा उपक्रम महिन्यातून दोन वेळा तरी राबवला पाहिजे अशी प्रतिक्रिया नागरिकांनी व्यक्त केली. आपले आरोग्य चांगले ठेवण्यासाठी पायी चालण्यासारखा दुसरा कोणताही सोपा व्यायाम नाही. अशा स्तुत्य उपक्रमातून हे उद्दिष्ट नकळतपणे साध्य झाले.

•••

गगनचुंबी इमारतींची संरचना

जगातील विविध देशांमध्ये अधिकाधिक उंच इमारत बांधण्याची स्पर्धा सध्या सुरू आहे. याची सुरुवात अमेरिकेत झाली असून, यामध्ये आजपर्यंत कॅनडा, सौदी अरेबिया, जपान, चीन, मलेशिया, तैवान, दुबई आणि भारत या देशांनी यात आपला सहभाग दर्शवला आहे. आजच्या घडीला ८२८ मीटर उंचीचा दुबईचा बुर्ज खलिफा जगातील सर्वात उंच मनोरा समजला जातो. स्थापत्य अभियांत्रिकीतील प्रगतीमुळे भविष्यात हा विक्रम मोडण्याचा प्रयत्न नक्कीच कोणीतरी करेल.

आपल्या देशातही अनेक शहरांत गगनचुंबी इमारती बांधल्या जात आहेत. वाढते शहरीकरण आणि जमिनीची उपलब्धता लक्षात घेतली तर उंच इमारती बांधणे काळाची गरज बनली आहे. उंच इमारतींमुळे शहराच्या वैभवात वेगळीच भर पडते, परंतु अशा इमारतींचे डिझाइन करणे हे आर्किटेक्ट आणि स्ट्रक्चरल डिझाइनर यांना मोठे आव्हान असते. गगनचुंबी इमारतींची रचना आणि संरचना करतेवेळी भूकंप आणि वेगवान वारा यांना प्रतिकार करण्याची क्षमता महत्त्वाची असते. त्यासाठी अनेक तज्ज्ञ सल्लागारांची मदत लागते. रचनेतील गुंतागुंत एकत्रित समन्वयाने सोडवता येते. या वेळी इमारतीचा खर्च, तांत्रिकता, सुरक्षितत, आकर्षकता साधणे हे मुख्य उद्दिष्ट असते. रचना आणि संरचना करताना इमारतीवर ऊन, वारा, पाऊस, धूळ, बर्फ, कंपने, आर्द्रता यामुळे होणाऱ्या विपरीत परिणामांचा सखोल अभ्यास करावा लागतो. आपला देश उष्णकटिबंधीय क्षेत्रात आहे. आपल्या देशाला ७५१७ कि.मी. लांबीचा समुद्रकिनारा असून, अनेक प्रमुख शहरे किनाऱ्यालगत वसलेली आहेत. तेथील उंच इमारतींना वादळीवारे, चक्रीवादळे आणि हवामानातील इतर बदलांना सतत सामना करावा लागतो. प्रतिकूल वातावरणात इमारतींची आयुष्यमर्यादा टिकवणे हे अभियंत्यांसमोरील मोठे आव्हान असते.

उंचावरील वाऱ्याचा वेग

मानवी जीवनात पृथ्वी, आप, तेज, वायू आणि आकाश या पंचतत्त्वांचे महत्त्व अनन्यसाधारण आहे. वायू म्हणजेच पवन हे नैसर्गिक ऊर्जास्रोत मानले जाते. अपारंपरिक ऊर्जेतील पवनऊर्जा निसर्गाचे वरदान आहे. मान्सूनची निर्मिती याच ऊर्जेतून घडते. पृथ्वीच्या पृष्ठभागावरील अडथळ्यांमुळे वाऱ्याचा भूपृष्ठालगतचा वेग कमी असतो. जसजसे आपण अधिक उंचीवर जातो, तसतसे घर्षण आणि मार्गातील अडथळे कमी होत जातात. परिणामी, वारा वेगवान होऊन त्याचा दाब तीव्र बनतो. हाच तीव्र दाब उंच इमारतींना पुढे ढकलण्याचा प्रयत्न करतो. इमारतीच्या आकारानुसार दाब कमीजास्त होतो. उदाहरणार्थ, अमेरिकेतील वर्ल्ड ट्रेड सेंटरचे मनोरे चौकोनी आकाराचे होते, त्यामुळे वाऱ्याचा उंचावरील दाब तीव्र होता.

दुबईचा बुर्ज खलिफा मनोरा आकाशात निमुळता होत जातो. त्याची रचना करताना बाह्यभागात अनेक कॉर्नर, चॅम्फर, स्टेप्स आणि अर्धवर्तुळाकार वळणे दिली आहेत. उंचीवरील बेभान वारा ज्या वेळी मनोऱ्याजवळ येतो तेव्हा अशा वळणांमुळे गोंधळून जातो आणि एकाच दिशेने जाण्याऐवजी सैरभैर होऊन पांगतो. त्यामुळे त्याचा दाब आपोआप कमी होतो. मलेशियातील पेट्रोनास ट्विन टॉवर असो अथवा दुबईचा बुर्ज खलिफा हे दोन्ही मनोरे वेगवान वाऱ्यात चक्क डोलत असतात. परंतु उघड्या डोळ्यांनी त्यांची हालचाल आपणास जाणवत नसते. एखादी व्यक्ती तेवढ्या उंचीवर गेली तर मात्र ती हालचाल नक्कीच जाणवते. भूकंप जमिनीलगत होत असल्यामुळे त्याचा बारीक धक्कासुद्धा जसा आपल्याला लगेच जाणवतो तसेच हे असते.

विंड टनेल टेस्ट

उंच इमारतींवर होणारा वाऱ्याच्या परिणामाचे मोजमाप करण्यासाठी विंड टनेल टेस्ट करण्याची पद्धत आहे. न्यूयॉर्कमधील वर्ल्ड ट्रेड सेंटरची संरचना करतेवेळी अशी चाचणी परीक्षा घेण्यात आली होती. अशी चाचणी परीक्षा, त्यासाठी लागणारा खर्च करावा की नाही या बाबतीत अनेकांच्या मनात संभ्रम आहेत. परंतु अमेरिका आणि आखाती देशांतील अनेक उंच इमारतींसाठी अशी टेस्ट घेतली जाते. त्याचा फायदा पायाचा खर्च, काँक्रीट, स्टील, बाह्य आवरण यांच्या खर्चात मोठ्या प्रमाणात बचत होण्यामध्ये होतो. एकूण खर्चातही मोठी बचत घडते. अशी टेस्ट घेण्यासाठी उंच इमारत आणि तिच्यापासून अर्ध्या कि.मी. अंतरातील सर्व इतर इमारती व सभोवतालच्या भूभागाची प्रमाणित छोटीशी प्रतिकृती बनवली जाते. तिला गोलाकार फिरत्या तबकडीवर बंदिस्त चेंबरमध्ये ठेवले जाते.

प्रतिकृतीवर पंख्याच्या साहाय्याने एका बाजूने हवेचा कमीजास्त प्रमाणात दाब दिला जातो. प्रतिकृतीला प्रत्येकी दहा अंशामध्ये फिरवून त्यावर होणारी कंपने, ध्वनी, वक्रता आणि इतर हालचालींची सेन्सर्सद्वारे संगणकावर नोंद केली जाते. येणारे निष्कर्ष आणि प्रमाणित संहिता यांची तुलना केली जाते. याची संरचना करताना महत्त्वपूर्ण उपयोग होतो. बाह्य आवरणासाठी लागणाऱ्या काच, ॲल्युमिनियम, स्टेनलेस स्टीलची जाडी यावरून ठरवता येते. शंभर मीटर आणि त्यापेक्षा अधिक उंची असणाऱ्या, चित्रविचित्र आकारांतील, वादळी हवामानातील इमारती, त्याचप्रमाणे रुंद पादचारी पूल, भव्य क्रीडासंकुले, स्वयंचलित पूल यांची संरचना करतेवेळी विंड टनेल टेस्ट करणे उपयुक्त ठरते. देशातील विविध शहरांच्या क्षितिजावर भविष्यात गगनचुंबी इमारती दिसणार आहेत. त्यांना सुरक्षित ठेवण्यासाठीचे सर्व प्रयत्न आपल्याला करावे लागतील.

•••

जतन करू या मौल्यवान वास्तूंचे

शहरातील वास्तूंचे हस्तांतरण होताना त्यांचे प्रचलित बाजारभावानुसार मूल्यांकन करावे लागते. परंतु यामध्ये काही वास्तू अपवाद असतात. त्यांचे हस्तांतरण होत नाही आणि बाजारभावानुसार मूल्यांकनही करता येत नाही. उदा., शहरातील ऐतिहासिक आणि सांस्कृतिक वारसा असणाऱ्या वास्तू. महाराष्ट्राची सांस्कृतिक राजधानी असणाऱ्या पुणे शहरात अशा अंदाजे २५० ऐतिहासिक वास्तू आहेत. ऐतिहासिक मौल्यवान वास्तूंचे संवर्धन आणि जतन करणाऱ्या जागतिक हेरिटेज परिषदेचे आयोजन पुणे शहरात झाले होते. या परिषदेत युनेस्को आणि इंडियन हेरिटेज सिटीज नेटवर्क संस्थेचे अभ्यासक आणि तज्ज्ञांचे मौल्यवान मार्गदर्शन उपस्थितांना घडले.

फ्रान्स देशातील तुलुज आणि बेल्जियम येथील ब्रुसेल्स शहरात शहरीकरणाचा सामना करून ऐतिहासिक वास्तूंचे जतन कशाप्रकारे साध्य झाले याची माहिती सर्वांना मिळाली. देशातील दिल्ली, आग्रा, जयपूर शहरांतील पर्यटन विकसित करण्याचे प्रयत्न सुरू असून त्याची परिणती इतर शहरांत होण्याची आवश्यकता आहे.

पर्यटनातून आर्थिक स्त्रोत

गेल्या काही वर्षांत जगातील मलेशिया, सिंगापूर, कंबोडिया, थायलंड, युरोप देशांनी आपापल्या शहरातील ऐतिहासिक वास्तूंचे संवर्धन आणि जतन करून पर्यटनक्षेत्रातील आपले स्थान बळकट केले. आपला देश भौगोलिक, ऐतिहासिक आणि सांस्कृतिकदृष्ट्या त्यांच्या तुलनेत अधिक संपन्न आहे. त्या देशांनी तेथील पायभूत सुविधा बळकट करून पर्यटन वाढवले. पर्यटनातून आर्थिक स्त्रोत आणि रोजगाराच्या संधी उपलब्ध केल्या. आपण नेमके इथेच कमी पडतो. 'विद्येचे माहेरघर' असणाऱ्या पुणे शहरात तसे पाहिले तर इतर शहरांच्या

पुण्यातील आगाखान पॅलेस

तुलनेत कशाचीच कमतरता नाही. शहराच्या भावी विकासासाठी लागणारे कित्येक अनुभवी अभियंते, वास्तुरचनाकार, विकसनकार आहेत.

उमद्या आणि उत्साही तरुण पिढीचे बुद्धिकौशल्य आहे. विकासाच्या चांगल्या संकल्पनेला राजकीय इच्छाशक्तीचे पाठबळ मिळाले तर कोणतीच गोष्ट अशक्य नाही. केंद्र सरकारकडून शहरी पुनर्निर्माण अभियानातर्फे विकासासाठी आवश्यक असणारा आर्थिक निधी उपलब्ध होऊ शकतो. फक्त त्यासाठी आपल्या सर्वांनाच शहराकडे पाहण्याचा दृष्टिकोन बदलावा लागेल. जो जिव्हाळा, आपुलकी, अभिमान आपल्या घराबद्दल असतो, तसाच आपल्या शहराविषयी निर्माण करावा लागेल.

सार्वजनिक स्वच्छता महत्त्वाची

पर्यटनात नावलौकिक मिळवलेली सर्व शहरे तेथील स्वच्छतेबाबत सदैव जागरूक असतात, किंबहुना त्यांना तसे राहावेच लागते. स्वच्छ, सुंदर प्रशस्त रस्ते, सक्षम वाहतूक व्यवस्था, ऐतिहासिक वास्तूंचे जतन हीच त्यांची बलस्थाने असतात. स्थानिक नागरिक आणि बाहेरून आलेल्या पर्यटकांना जागोजागी स्त्री, पुरुष आणि दिव्यांग व्यक्तींसाठी स्वच्छतागृहांची निःशुल्क सुविधा उपलब्ध असते. आपल्यालाही शहरातील रस्ते, चौक, पदपथ, भुयारी मार्ग, उड्डाणपूल, मोठे पूल, नद्या, टेकड्या, बसथांबे, रेल्वेस्थानक, विमानतळ, उद्याने, स्वच्छतागृहे, पर्यटनस्थळे अशा विविध जागा सौंदर्यदृष्ट्या अधिक आकर्षक करण्यास प्रचंड वाव आहे. शहराची स्वच्छता नियमितपणे झाली तर त्याच्या सौंदर्यात भरच पडणार आहे. शहराच्या सभोवताली असणाऱ्या नैसर्गिक टेकड्यांचे आणि वृक्षसंपदेचे जतन करून पर्यावरणाचे संतुलन राखण्यासाठीचे प्रयत्न प्रशासनाला करावे लागतील. देशातील विविध शहरांतील ऐतिहासिक वास्तूंचा कायापालट भविष्यात घडला तर जगाच्या नकाशावर आपल्या देशाचे नाव वेगळ्या दृष्टीने कोरले जाईल. ज्या शहरात आपण राहतो ते कसे आहे याबाबत आपल्यापेक्षा इथे आलेल्या पर्यटकाकडून ते जाणून घेणे अधिक उचित असणार आहे.

•••

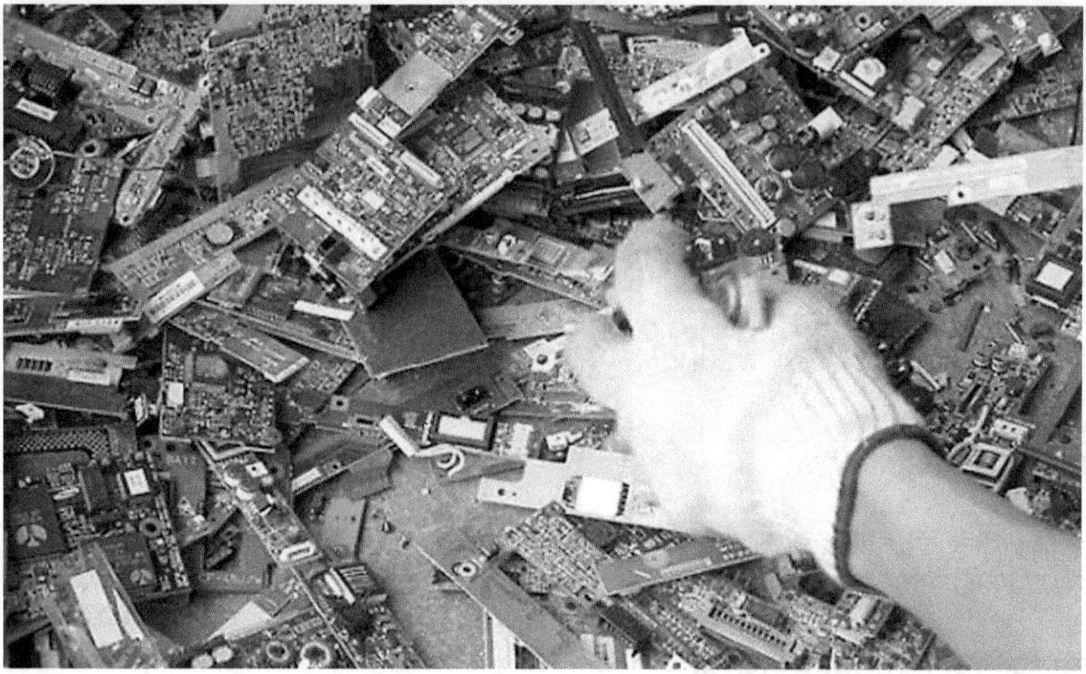

घराघरांतून वाढतोय ई-कचरा

काळानुरूप बदलणाऱ्या विज्ञानाच्या साहाय्याने जगातील विविध देश आपापली प्रगती साध्य करत आहेत. विसाव्या शतकात मानवाने माहिती तंत्रज्ञान आणि दूरसंचार क्षेत्रात मोठी प्रगती केली. एकविसावे शतक नॅनो तंत्रज्ञानातील चमत्कारांना सत्यसृष्टीत आणणारे असणार आहे. देशाची प्रगती निश्चितच झाली पाहिजे; परंतु ती साध्य करताना पर्यावरणाकडे कदापि दुर्लक्ष करून चालणार नाही. दुर्दैवाने आज सर्वत्र तसे घडत आहे. प्रगत आणि प्रगतिशील देशांमध्ये विविध समस्या उद्भवल्या आहेत. ई-कचऱ्याचा यामध्ये समावेश आहे. यामध्ये इलेक्ट्रिकल आणि इलेक्ट्रॉनिक्समधील टाकाऊ वस्तूंचा समावेश होतो.

बदलत्या जीवनशैलीमुळे अशा टाकाऊ वस्तूंच्या संख्येमध्ये दिवसेंदिवस प्रचंड वाढ होत आहे. आपल्या स्वतःच्या घराची अंतर्गत सजावट करताना विविध उपयोगी वस्तू आपल्याजवळ असाव्यात हे प्रत्येकाला वाटत असते. एक काळ असा होता ज्या वेळी घरामध्ये रेडिओ, टीव्ही अशी उपकरण असणे श्रीमंतीचे लक्षण समजले जाई. परंतु आज घरोघरी असंख्य विद्युत आणि इलेक्ट्रॉनिक उपकरणांचा सर्रास वापर केला जातो. बाजारात अशा वस्तूंची नवनवीन मॉडेल लोकांना भुरळ घालण्यासाठी येत असतात. अशा वस्तू आकर्षक दिसल्या तरी त्यांचा वापर मर्यादित काळासाठी असतो. चंगळवादी प्रवृत्तीमुळे अनेकदा चांगली वापरात असणारी वस्तू लगेच टाकाऊ बनते. कारण नवीन वस्तू खरेदी करण्याचा मोह आवरत नाही. यामुळेच ई-कचऱ्याचे प्रमाण वाढते. महाराष्ट्रात मुंबई पाठोपाठ पुणे आणि इतर अनेक शहरांत ई-कचऱ्याची समस्या उद्भवली आहे. अशा शहरांत खासगी कंपन्यांच्या मदतीने कचऱ्याची विल्हेवाट लावली जाते. परंतु एकूण निर्माण होणारा कचरा आणि त्याची विल्हेवाट क्षमता यामध्ये तफावत जाणवते. महाराष्ट्र प्रदूषण नियंत्रण बोर्डाच्या पुढाकारातून मुंबईतील तळोजा

येथे ई-कचऱ्याचे वर्गीकरण आणि विल्हेवाट प्रकल्प उभारला असून, असाच प्रकल्प इतर महत्त्वाच्या शहरांसाठी असणे आवश्यक आहे.

व्याप्ती

जगात वर्षभरात ५० मिलियन टन ई-कचरा निर्माण होत असतो. यामध्ये अमेरिका, चीन, युरोपीय देश आणि भारत यांचा वाटा अधिक आहे. अमेरिकेसारख्या प्रगत देशात वर्षाकाठी तीन कोटी संगणकांचा टाकाऊ ई-कचऱ्यामध्ये समावेश होत असतो. युरोपीय देशांत वर्षाकाठी दहा कोटी फोन निरुपयोगी बनतात. जपान, कोरिया आणि तैवान देशात ई-कचरा निर्माण होत असला तरी त्याची विल्हेवाट लावण्यासाठी स्वतंत्र व्यवस्था कार्यरत आहे. भारतात विविध शहरांमधून प्रतिवर्षी ८ लाख टन ई-कचरा निर्माण होत असतो. यामध्ये मुंबई, पुणे, नागपूर अशा प्रमुख शहरांचा समावेश आहे. पुणे आणि पिंपरी चिंचवड शहरात मिळून प्रतिवर्षी अंदाजे ३००० टन ई-कचरा निर्माण होतो. याचा मूळ उगम निवासी, व्यापारी, उद्योग, सरकारी, खासगी आणि आयटी क्षेत्र आहे. आयटी क्षेत्रामध्ये सॉफ्टवेअर पार्क, बीपीओ, हार्डवेअर उत्पादन करणाऱ्या कंपन्यांचा समावेश असतो.

विल्हेवाट

बदलत्या जीवनशैलीमुळे दैनंदिन जीवनात आपण असंख्य उपकरणांचा नियमितपणे वापर करत असतो. यामध्ये संगणक, लॅपटॉप, कॅमेरा, मोबाईल फोन, इस्त्री, डिशवॉशर, मायक्रोवेव्ह, वॉशिंग मशीन, घड्याळे, व्हॅक्यूम क्लीनर, मिक्सर, एअर कंडिशनर, रेफ्रिजेटर, म्युझिक सिस्टिम, टेप रेकॉर्डर, सीडी प्लेअर, डीव्हीडी प्लेअर, टीव्ही, व्हीसीआर, खेळणी, एक्स-रे मशीन, प्रिंटर, फॅक्स मशीन, सीडी, डीव्हीडी, यूपीएस, विविध बॅटरीज, केबल्स अशा अनेकांचा समावेश करता येईल. आज वापरात असणाऱ्या अशाच वस्तूंचे उद्याच्या ई-कचऱ्यामध्ये रूपांतर होते. शास्त्रीय पद्धतीने सुरक्षेची काळजी आणि पर्यावरणाचा विनाश टाळून ई-कचऱ्याची विल्हेवाट करणे आवश्यक असते. अशा वेळी योग्य व्यवस्थापन करणे हीच खरी कसोटी ठरते. ई-कचऱ्याचे व्यवस्थापन करताना कचरा गोळा करणे, वर्गीकरण, पॅकेजिंग, वाहतूक, पुनर्वापर, प्रक्रिया अशी क्रमवारी असते. कचऱ्याची विल्हेवाट करण्यासाठी आजचा पद्धतींमध्ये अनेक त्रुटी आहेत. अनेक देशांत आजही ई-कचरा मोठ्या प्रमाणावर जमिनीत खड्डा

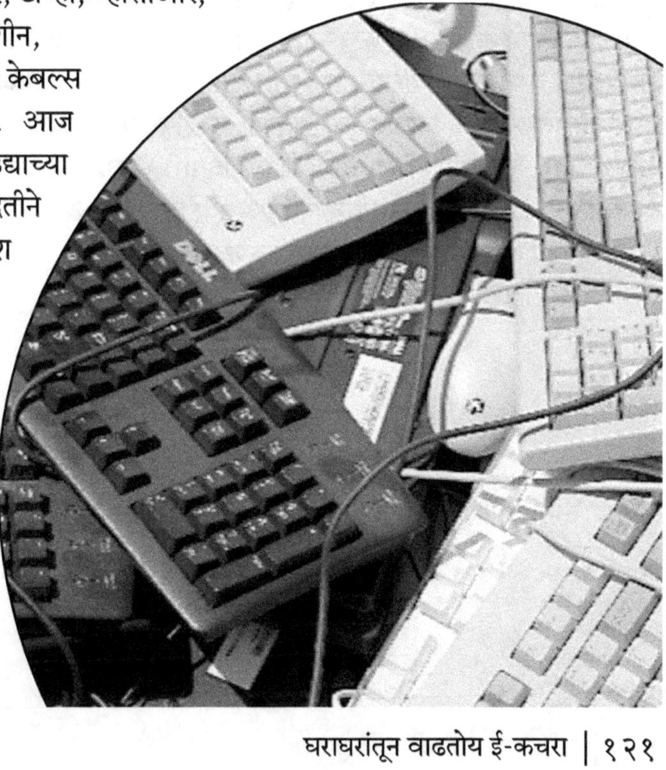

खोदून गाडला जातो. खड्ड्यांमध्ये कचऱ्याचे थर रचून शेवटी मातीचा भराव केला जातो. कालांतराने कचऱ्यातील पारा, कॅडमियम, शिसे असे अतिविषारी घटक जमिनीत मिसळले जातात. अशा घटकांवर खरेतर पुनर्प्रक्रिया करण्याची गरज असते. दुसऱ्या पद्धतीत उष्ण भट्टीचा वापर केला जातो. यामध्ये ई-कचऱ्याचे १००० अंश तापमानात ज्वलन प्रक्रियेद्वारे राखेत रूपांतर केले जाते. परंतु या वेळी उत्सर्जित वायू हवेत मिसळले जातात. या दोन्ही पद्धती पर्यावरणाच्या दृष्टीने घातक आहेत.

पुनर्प्रक्रिया आणि पुनर्वापर

कचऱ्यावर पुनर्प्रक्रिया करून त्याचा पुनर्वापर करणे हीच पद्धत पर्यावरणाच्या दृष्टीने आजच्या काळात योग्य आहे. यामध्ये गोळा केलेल्या कचऱ्याचे वर्गीकरण केले जाते. धातू आणि इतर घटक वेगळे केले जातात. त्यांचा वापर नवीन वस्तू बनवण्यासाठी करण्यात येतो. टाकाऊ संगणकाच्या विविध भागांतून आर्यन, स्टील, कॉपर असे धातू विलग केले जातात. या सर्वांचा पुनर्वापर केला जातो. बॅटरीमध्ये अर्सेनिक, बेरियम, कॅडमियम, निकेल, पारा, लिथियम, शिसे असे अनेक विषारी घटक असतात, त्यामुळे अशा वस्तूंची हाताळणी आणि विल्हेवाट काळजीपूर्वक करावी लागते. अथवा कामगारांच्या आरोग्याचा गंभीर धोका उत्पन्न होऊ शकतो. ई-कचरा कमी करण्याबाबत जनजागृती करणे आवश्यक आहे.

•••

प्रगत देशातील कचरा व्यवस्थापन

अमेरिकेत अंदाजे ३३ कोटी मेट्रिक टन घन कचरा प्रतिवर्षी सातत्याने निर्माण होत असतो . भारतात हेच प्रमाण साधारणपणे १७ कोटी टन आहे . ऑस्ट्रेलिया सारख्या प्रगत देशात सर्वात कमी एक कोटी ४० लाख टन कचरा निर्माण होत असतो. अमेरिकेत कचऱ्याची विल्हेवाट प्रामुख्याने लॅन्ड फिलिंग, रिसायकलिंग आणि एनर्जी रिकव्हरी अशा पद्धतीने होत असते . कचऱ्याचे तीन प्रमुख प्रकार म्युन्सिपल सॉलिड, इंडस्ट्रीयल आणि हजार्डस वेस्ट असे आहेत. कचऱ्याची विल्हेवाट योग्य प्रकारे होण्यासाठी एनव्हायरोमेंटल प्रोटेक्शन एजन्सीतर्फे (ईपीए) रिसोर्स कॉन्झर्वेशन ॲन्ड रिकव्हरी ॲक्ट (आरसीआरए) देशात लागू केला आहे.

देशातील सर्व राज्यांनी आपापल्या शहरातील कचरा व्यवस्थापनासाठी स्वतंत्र, कायमस्वरूपी आणि सर्वसमावेशक आराखडा बनवला आहे. त्यामुळे सर्वच शहरांमधे असणारे कचरा व्यवस्थापन वाखाणण्याजोगे आहे. शहरांच्या कचरा व्यवस्थापनासाठी म्युन्सीपल सॉलिड वेस्ट ट्रीटमेंट ॲन्ड डिस्पोजल ॲक्ट लागू आहे. एकूण जमा कचऱ्यापैकी ३३ टक्के कचऱ्यावर पुनर्प्रक्रिया आणि ओल्या कचऱ्यापासून खतनिर्मिती केली जाते. १३ टक्के कचऱ्याचे ज्वलन आणि उर्वरित ५४ टक्के कचऱ्याचे लॅन्ड फिलिंग केले जाते. कचऱ्याचे व्यवस्थापन करणाऱ्या देशातील कंपन्यांची उलाढाल वर्षाकाठी कित्येक बिलियन डॉलर्स आहे .

नियोजनातील सुसूत्रता

नागरिकांच्या घराघरांतून कचरा गोळा करण्यासाठी आठवड्यातील एक दिवस ठरलेला असतो. ई कचरा, फर्निचर तीन महिन्यांतून एकदा पूर्वकल्पना देऊन गोळा केले जाते. कचरा गोळा करण्याचे काम सकाळी सुरू

होत असल्याने नागरिक ओला आणि सुक्या कचऱ्याचे बीन्स एक दिवस आगोदरच घराबाहेर आणून ठेवतात. ई कचरा आणि फर्निचर घराबाहेर मोकळ्या अवस्थेत ठेवले तरी चालते. कचऱ्याच्या प्रकारानुसार ठराविक रंगाचे ट्रॉली बीन्स वापरावे लागतात. किचन वेस्टसाठी काळा अथवा चॉकलेटी, रिसायकलिंग निळा आणि गार्डन अथवा यार्ड वेस्टसाठी हिरव्या रंगाचे बीन्स असतात. बीन्स २३, ६९, ९४ गॅलन क्षमतेचे असतात. कचरा वर्गीकरणाची प्राथमिक सुरुवात घराघरांतूनच करावी लागते. किचनमधील ओला कचरा स्वतंत्र प्लास्टिकच्या पिशव्यातून बीन्समध्ये भरला जातो. रिसायकलिंग होणारे पेपर, कार्डबोर्ड, प्लास्टिकच्या पिशव्या, ग्लास, मेटल अथवा ॲल्युमिनियमचे कॅन यासाठी निळ्या रंगाचा बीन् असतो. यार्ड वेस्टमधील झाडांच्या फांद्या, पाने, झुडपे, गवत, लाकूड हिरव्या बीन्समधे भरावे लागते. रस्त्यावरील दोन बीन्समधे अंदाजे तीन फुटाचे अंतर ठेवावे लागते. अद्ययावत स्वयंचलीत यंत्रणेच्या साहाय्याने सर्व बीन्स जलदगतीने स्वतंत्र ट्रकमधे लोड केले जातात. मोकळे बीन्स पुन्हा घरातील गॅरेजमधे परत आणून ठेवण्याची जबाबदारी प्रत्येक नागरिकाची असते.

कचऱ्याची विल्हेवाट

कचऱ्याची विल्हेवाट ॲनारोबीक डायजेस्टर, कंपोस्ट, ज्वलन या पद्धतीने होते. ट्रकमधील गोळा केलेला कचरा वर्गीकरण सेंटरमध्ये आणला जातो. प्राथमिक वर्गीकरणानुसार निरुपयोगी कचरा लँड फिलमधे पाठवला जातो. पिशवीतील ओला कचरा विलग करून त्यापासून खत, प्राण्यांचे अन्न तयार केले जाते. ओल्या कचऱ्याचे प्रमाण अधिक असल्याने काही प्रमाणात त्याची रवानगी लँड फिलिंग मधे करावी लागते. देशातील प्रचंड उपलब्ध जमिनीमुळे जास्तीत जास्त कचरा ल्यँड फील करण्यामध्ये येथील कल दिसतो. संपूर्ण देशात अंदाजे एक हजाराहून अधिक लँड फील आहेत. त्या चालवणाऱ्या ८५ टक्के कंपन्या खासगी मालकीच्या आहेत. कोठेही अस्ताव्यस्त मोकळ्या जमिनीवर कचरा फेकून त्याचे ढीग करण्यास येथे बंदी आणि जबरी दंड आहे. ईपीएने ल्यँड फीलसाठी अभियांत्रिकीतील अत्याधुनिक यंत्रणेचा वापर आणि पद्धती वापरणे कंपन्यांना बंधनकारक केले आहे. अमेरिकेतील सर्वात मोठी २२०० एकरची लँड फील लास वेगासमधे असून त्याची क्षमता ५० मिलीयन टन आहे. यावरून लँड फीलच्या प्रचंड व्याप्तीचा अंदाज आपल्याला करता येईल. काही लँड फील आठवड्याचे सात दिवस, चोवीस तास आणि वर्षभर अखंडितपणे कार्यरत असतात. फक्त नववर्ष दिन, ख्रिसमस आणि थँक्स गिव्हिंग या दिवशी कचरा गोळा करण्यास सुटी असते.

लँड फील पद्धती

लँड फील दोन पद्धतीने केले जाते. पहिल्या प्रकारात जमिनीवर कचऱ्याची पिरॅमिड आकारातील कृत्रिम टेकडी बनवली जाते. तिची उंची ५०० फुटापर्यंत असू शकते. फिलिंग करताना ट्रकमधील कचरा अनेक थरांमध्ये जमिनीवर एकमेकांवर अंथरून त्याचे कॉम्पक्टिंग केले जाते. दुसऱ्या पद्धतीत जमिनीत प्रचंड मोठा खड्डा खोदला जातो. त्याला सॅनिटरी सेल म्हणतात. त्याच्या तळात आणि चहुबाजूने रीन्फोर्सड प्लास्टिक अथवा लायनर अंथरले जाते. तळात सच्छीद्र पाईपलाईनच्या भोवती वाळू, बारीक दगडगोटे रचून खड्यात झिरपणारे अपायकारक द्रव बाहेर काढले जातात. प्रत्येक थराला बुलडोझरच्या साहाय्याने अंथरून कॉम्पॅक्शन केले जाते. दिवसाच्या शेवटी वरील थर पाणी, वारा, बर्फ यापासून सुरक्षित ठेवण्यासाठी झाकला जातो. लँडफीलचे डिझाईन, ऑपरेशन आणि अंदाजे ३० वर्षाचा मेंटेनन्स करण्याची जबाबदारी संबंधीत कंपनीची असते. लँडफील पूर्ण झाल्यावर कालांतराने जमिनीच्या अंतर्भागांमध्ये मिथेन वायू निर्माण होत असतो. असा वायू बाहेर काढून

त्यापासून विद्युत ऊर्जा निर्माण केली जाते. अमेरिकन मिनिस्ट्री एनर्जी अँड इन्फर्मेशन नुसार वर्षाकाठी १० बिलियन किलोवॅट ऊर्जेवर एखाद्या शहरातील लक्षावधी घरांना वीजपुरवठा होऊ शकतो. वीजपुरवठा करणाऱ्या कंपनीला प्रशासनातर्फे कार्बन क्रेडिट मिळते. हरितगृह वायूंचे उत्सर्जन कमी करण्यास हातभार लावल्यामुळे प्रशासन कंपनीला विशेष अनुदान देते .

पुनर्प्रक्रिया पद्धती

एकदा वापरलेल्या वस्तू पुन्हा वापरण्यासाठी त्याचा पुनर्वापर अथवा त्यावर पुनर्प्रक्रिया केली जाते. निळ्या रंगाच्या बीन्समधील कचऱ्याचे रिसायकलिंग करण्यासाठी त्याचे वर्गीकरण करावे लागते. ज्या वस्तूंचे रिसायकलिंग शक्य नाही त्यांची रवानगी शेवटी लँडफीलमधे होते. कचऱ्यामधील पेपर, कार्डबोर्ड , मेटल आणि ॲल्युमिनियम डब्बे, प्लास्टिक बॅग, बाटल्या इत्यादी वेगवेगळे करावे लागते रिसायकलिंग सेंटरमध्ये सरकत्या पट्ट्यावर मनुष्यबळ, यंत्रमानव, लोहचुंबक, हवेचा दाब, ईडी करंट, ऑप्टीकल सॉर्टर, इन्फ्रारेड सेन्सर्स आदींच्या साहाय्याने वेस्टचे वर्गीकरण केले जाते. प्रतिदिन अंदाजे ३५० टन वेस्टचे रिसायकलिंग केले जाते. प्लास्टिकचे वर्गीकरण पुन्हा पॉलीइथेलीन, पीव्हीसी, पॉलीप्रोपेलीन, पॉलीस्टरीन पॉलीकार्बोनेट या प्रकारात केले जाते. कार्डबोर्ड, पेपर वरती पुनर्प्रक्रिया करून नवीन तयार केले जातात. प्लास्टिक ६ टक्के, पेपर ६६ टक्के आणि ॲल्युमिनियम कॅनचे ५५ टक्के रिसायकलिंग केले जाते. रिसायकलिंग सेंटरमधे कन्वेअर बेल्ट, स्क्रीन, सेन्सर्स, तापमान मोजमापक, वेगनियंत्रक यंत्रणा चालू आणि बंद करणे अशा सर्व गोष्टी एकत्रित समन्वयाने कार्यरत असतात. हातातील एका छोट्याशा टॅबमधील सॉफ्टवेअरच्या मदतीने या सर्वांवर नियंत्रण राखता येते. रिसायकलिंगचा शेवटचा टप्पा वेस्टचे वर्गीकरणानुसार बंडल बांधण्याचा असतो. कचऱ्यापासून नवनिर्मिती केलेल्या बाजारातील वस्तू ज्या वेळी खरेदी करतात, तेव्हा पुनर्प्रक्रियेची साखळी पूर्ण होते. कचऱ्याच्या बाबतीत रीड्यूस, रीयुझ आणि रिसायकल ही त्रिसूत्री वापरण्याची वेळ आता जगातील सर्व देशांतील नागरिकांवर आली आहे हे निश्चित.

•••

प्रस्तावित नदीजोड प्रकल्प

आज भारत देशात उत्तरेकडील काही राज्ये भयंकर पुराचा सामना करत असताना दक्षिणेतील राज्ये तीव्र दुष्काळाचा सामना करत असतात. तसे पाहता पूर, वादळे, भूकंप, त्सुनामी अशा नैसर्गिक आपत्ती देशाला नवीन नाहीत. केंद्र सरकार दरवर्षी कोट्यवधी रुपये आपत्ती निवारणासाठी खर्च करत असते. परंतु आपत्ती ओढवली की तात्पुरती मलमपट्टी करून हळहळ व्यक्त करायची असेच आजपर्यंत घडले आहे. भारताप्रमाणेच जगातील अनेक देशांत पाणीप्रश्न भेडसावत असून, तो सोडवण्यासाठी ते देश प्रयत्नशील आहेत. देशातील प्रशासनाला आणि जनतेला पाण्याचे मूल्य आता समजले असून नदीजोड प्रकल्पाचे महत्त्व प्रकर्षाने जाणवत आहे.

बांधकाम क्षेत्राची व्याप्ती

पाण्याची नैसर्गिक उपलब्धता दिवसेंदिवस कमी होत असल्यामुळे, त्याचे वाटप करताना प्रथमतः पिण्यासाठी, त्यानंतर शेती आणि उद्योग असा प्राधान्यक्रम दिला जातो. याबाबत सर्वांचेच एकमत आहे, परंतु प्रत्यक्ष पाणी वाटप करताना ते समान आणि न्याय्य पद्धतीने होणे तितकेच आवश्यक आहे. देशातील उद्योग क्षेत्राची उभारणी बांधकाम क्षेत्राच्या मदतीने होत असते. त्याचप्रमाणे देशातील कोट्यवधी नागरिकांना आवश्यक असणारा निवारा, पायाभूत सुविधा, रोजगार इत्यादी याच क्षेत्रातून निर्माण होत असतात.

आज देशातील २५०हून अधिक लहानमोठे उद्योग बांधकाम क्षेत्राशी संलग्न आणि अवलंबून आहेत. देशाच्या आर्थिक विकासदरातील अंदाजे ८ टक्के वाटा बांधकाम क्षेत्रातून असतो. प्रतिवर्षी अंदाजे १०% प्रगतीचे सातत्य बांधकाम क्षेत्रात दिसून येते. देशाची वाढती लोकसंख्या आणि नागरीकरण पाहता, आगामी काळात

मोठ्या प्रमाणावर घरबांधणी आणि पायाभूत सुविधा तयार करण्याचे आव्हान या क्षेत्राला पेलायचे आहे. घरांची मागणी आणि पुरवठा यामध्ये आज मोठी तफावत आढळते. भविष्यात कोट्यवधी नवीन घरांची निर्मिती करावी लागणार आहे. एवढे मोठे अग्निदिव्य पाण्याशिवाय निश्चितच साध्य होणार नाही. इतर क्षेत्रांप्रमाणे बांधकाम क्षेत्राला आवश्यक असणारी पाण्याची गरज पूर्ण झाली तरच, देशाचा आर्थिक विकासदर स्थिर अथवा वाढण्यास मदत होईल.

विश्वेश्वरय्यांचे योगदान

देशात येणाऱ्या पूर किंवा दुष्काळ अशा नैसर्गिक आपत्ती १९व्या शतकात उद्भवल्या होत्या. परंतु अभियांत्रिकीतील स्थापत्यशास्त्राने तेव्हा त्यावर मात केली. त्या वेळी भारतरत्न सर मोक्षगुंडम विश्वेश्वरय्या यांनी केलेले बहुमूल्य योगदान आपल्याला विसरून चालणार नाही. त्यांनी पाटबंधारे खात्यातील कारकिर्दीत अवलंबलेल्या विविध उपाययोजना राष्ट्रीय विकासाला पूरक ठरल्या. राज्यातील धरणबांधणी, कालवे, विद्युत प्रकल्प, पाणीपुरवठा योजना, विमान वाहतूक, लोहमार्ग, स्टील आणि सिमेंट उद्योग, शिक्षण, सिंचन अशा विविध क्षेत्रांसाठी केलेले त्यांचे योगदान महत्त्वपूर्ण आहे. पुण्याजवळील खडकवासला धरणावरील स्वयंचलित दरवाजे, नीरा डावा कालवा, सिंचनातील ब्लॉक सिस्टिम महाराष्ट्रासाठी वरदान ठरली. म्हैसूरचे कृष्णराजसागर धरण, वृंदावन गार्डन, हैदराबाद शहराचा पूरनियंत्रण मास्टर प्लॅन, शिवसमुद्र येथील देशातील पहिला जलविद्युत प्रकल्प, शुगर, सँडल, लेदर, ऑटोमोबाईल, सिल्क, टेक्स्टाईल, सिमेंट, स्टील आदी अनेक क्षेत्रांतील त्यांचे योगदान अलौकिक होते. अनेक महत्त्वपूर्ण प्रकल्पांच्या त्यांनी केलेल्या रचना, संरचना आणि व्यवस्थापन आजपर्यंतचे सर्वोच्च ठरले. भारत हा कृषिप्रधान देश असल्यामुळे शेतीचा विकास आणि त्यासाठी लागणारी पाण्याची उपलब्धता हीच देशाच्या विकासाची गुरुकिल्ली आहे हे त्यांनी जाणले होते. देशातील अभियंत्यांनी अत्याधुनिक यंत्रसामग्री व अद्ययावत तंत्रज्ञानाचा वापर करून शहराप्रमाणेच ग्रामीण भागाचा विकास केला पाहिजे असा त्यांचा आग्रह होता. देशातील औद्योगीकरणाचे ते खंदे पुरस्कर्ते होते.

पावसाळ्यात देशातील अनेक नद्यांचे अतिरिक्त पाणी वाहून समुद्राला मिळत असते. ते पाणी जर दुष्काळी प्रदेशातील नद्यांमध्ये वळवले तर देशाचा पाणीप्रश्न कायमस्वरूपी सुटू शकतो हे त्यांनी जाणले. देशात नदीजोड प्रकल्प व्हावा अशी त्यांची मनोमन इच्छा होती. आपण त्यांच्या पश्चात त्यांच्या वैयक्तिक कार्याचा गौरव केला; परंतु त्यांच्या मूलगामी विचारांचे अनुकरण करण्यास आपण कमी पडलो.

सन १९७२ मध्ये तीव्र दुष्काळाची परिस्थिती देशात उद्भवली होती. पुढील काळात नदीजोड प्रकल्पाचे महत्त्व जाणून त्यासाठी लागणारे सर्वेक्षण, आराखडा, डिझाइन, खर्च, कालावधी, अडचणी यावर विचारमंथन झाले. परंतु नदीजोड प्रकल्पास अंतिम स्वरूप येण्यास तब्बल ३० वर्षांचा मोठा कालखंड गेला आहे. सन २००२ मध्ये सुप्रीम कोर्टाने पुढील १० वर्षांत जनहितासाठी हा प्रकल्प प्रशासनाने पूर्ण करावा अशी सूचना केली होती. त्यानंतर आजपर्यंत या प्रकल्पाचे काम कासवगतीने पुढे जात आहे.

प्रकल्पाची व्याप्ती आणि फायदे

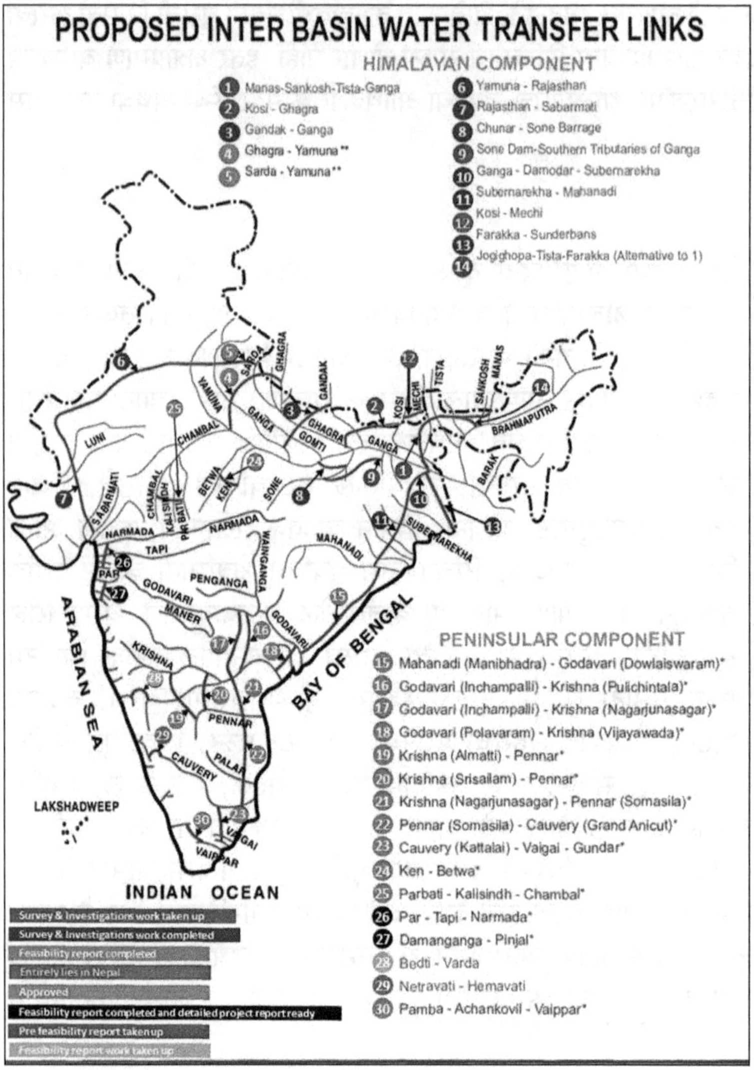

सन २००२ मधील अंदाजानुसार या प्रकल्पाचा खर्च ५ लाख ६० हजार कोटी रुपये येणार होता. प्रकल्प कालावधी अंदाजे १० वर्षांचा होता. हिमालय आणि द्वीपकल्पातील एकूण ३७ नद्या ३० ठिकाणी एकमेकींना जोडल्या जाणार होत्या. या प्रमुख नद्यांमध्ये गंगा, ब्रह्मपुत्रा, कोसी, कावेरी, गोदावरी, कृष्णा, महानदी इत्यादीचा समावेश आहे. एकूण ३६ मोठी धरणे आणि त्यापासून ३४ हजार मेगावॅट जलविद्युतनिर्मितीचे उद्दिष्ट योजले आहे. देशातील पूरनियंत्रण आणि दुष्काळ यावर एकाच वेळी नियंत्रण करणे शक्य होणार आहे. एकूण १२,५०० किलोमीटर लांबीचे कालवे बनवण्याचा प्रस्ताव आहे. ५.६ कोटी टन सिमेंट आणि २० लाख टन लोखंड वापरले जाणार आहे. दुष्काळी भागासाठी १७ कोटी ३० लाख घनमीटर जादा पाणीसाठा उपलब्ध होईल.

देशातील विविध प्रदेशांत शेती, उद्योग, जल वाहतुकीसाठी पाणी उपलब्ध होईल. जल वाहतुकीमुळे कमी खर्चातील सुरक्षित पर्याय उपलब्ध होतील. इंधनाची आयात आणि वापर यामध्ये बचत होऊन प्रदूषणावर नियंत्रण आणणे शक्य होईल. देशातील अंदाजे चार कोटी नागरिकांना रोजगार मिळेल आणि दारिद्र्य निर्मूलन आणि स्थलांतर रोखण्यासाठी मदत घडेल. दुष्काळी भागातील दोन कोटी ५० लाख हेक्टर जमीन ओलिताखाली आणणे शक्य होईल. भूजल पातळीमध्ये वाढ होऊन कृषी, ऊर्जा पर्यटन, बांधकाम, उद्योग क्षेत्राची भरभराट होईल. जैववैविध्य आणि पर्यावरणाचे संतुलन राखण्यास मदत होईल. आर्थिक विकासदरात अपेक्षित वाढ होईल. आपत्कालीन स्थितीतील दळणवळण आणि दूरसंचार क्षेत्रात होणारी हानी रोखण्यास मदत होईल.

प्रकल्पाचे महत्त्व

एखादा महत्त्वाकांक्षी प्रकल्प राबवताना त्यामध्ये अडचणी उद्भवणे स्वाभाविक आहे. नदीजोड प्रकल्प पूर्ण करण्यासाठी देशाला शेजारील नेपाळ, भूतान या देशांचे सहकार्य घ्यावे लागणार आहे. अंतर्गत विविध राज्यांनी एकमेकांना सहकार्य करणे अपेक्षित आहे. प्रकल्पाच्या मार्गात येत असलेल्या लक्षावधी शेतकऱ्यांच्या जमिनीचे भूसंपादन, पुनर्वसन, आर्थिक मोबदला, नैसर्गिक जंगलांचे जतन, पर्यावरण आणि जैववैविध्यता जपण्याची मोठी जबाबदारी प्रशासनाला घ्यावी लागेल. आवश्यक निधीची उभारणी टप्प्याटप्प्याने करावी लागेल. देशातील नद्या आर्थिक उत्पन्नाचे स्त्रोत असतात.

नदीजोड प्रकल्पाच्या साहाय्याने आपल्या भागातील पाणी योग्य वेळी आपल्या भागात वळवणे आवश्यक आहे. अथवा भविष्यातील पाणी संघर्ष अटळ असणार आहे. यंदाच्या २०२२च्या देशाच्या अर्थसंकल्पात पाच नदीजोड प्रकल्पांचा समावेश केला आहे. त्यामध्ये महाराष्ट्रातील दमणगंगा, कृष्णा आणि गोदावरी या नद्या आहेत. देशाचा हा महत्त्वाकांक्षी प्रकल्प भविष्यात टप्प्याटप्प्याने जरी पूर्ण झाला तरी नद्यांच्या संगमाने भारतभूमी खऱ्या अर्थाने सुजलाम सुफलाम झालेली दिसेल.

•••

बोगदे बनवण्याचे तंत्रज्ञान

देशातील राष्ट्रीय महामार्ग, रेल्वे, विद्युतनिर्मिती इत्यादी विविध क्षेत्रांसाठी बोगदे बनवण्यास प्रचंड वाव आहे. बोगद्यांची उपयुक्तता जाणून शहरातील वाहतूक, पावसाचे पाणी, विविध वाहिन्या एका ठिकाणाहून दुसरीकडे सुरक्षितपणे नेण्यासाठी त्यांचा वापर जगभरातून आज केला जात आहे. महानगराला भेडसावणाऱ्या विविध समस्या सोडवण्यासाठी त्रिस्तरीय विचार आपल्याला आता करावा लागेल. यामध्ये भुयारी बोगदे, रस्ते आणि फ्लायओव्हर यांचा समावेश होतो.

शहरातील वाहतुकीची समस्या सोडवण्यासाठी नवीन रस्ते, रस्त्याचे रुंदीकरण, फ्लायओव्हर, पूल, ग्रेड सेपरेटर याद्वारे वाहतुकीचे नियंत्रण आपण करतो. परंतु शहराचा भावी विस्तार, लोकसंख्या, वाहनांची संख्या यांचा विचार केला असता होणारे प्रयत्न अपुरे पडतात. त्यासाठी शहरातील नागरिकांसाठी वाहतुकीचे विविध पर्याय उपलब्ध करावे लागतील. अनेक शहरे नैसर्गिक टेकड्यांनी वेढलेली असतात. अशा टेकड्यांचे सौंदर्य अबाधित राखून, त्यांचे योग्य सर्वेक्षण करून त्यामधून बोगदे बनवणे स्थापत्य अभियांत्रिकीतील आजच्या तंत्रज्ञानाला शक्य आहे.

कोकणपट्टीत प्रवेश करण्यासाठी आपण घाट रस्त्यांचा वापर करतो. अशा ठिकाणी सर्वेक्षण करून बोगदे तयार करणे शक्य आहे, त्यामुळे महाराष्ट्रातील पर्यटन अधिक सुरक्षित होईल. साताऱ्याजवळील खंबाटकी, पुण्यातील कात्रजचा नवीन बोगदा, मुंबई–पुणे द्रुतगती मार्गावरील सर्व बोगदे रस्त्यांच्या सौंदर्यात भर टाकून वाहतूक सुरक्षित करत आहेत. आज जलद गतीने सुरक्षिततरीत्या कठीण खडकातून बोगदे करण्यासाठी टनेल बोरिंग मशीन ही अत्याधुनिक यंत्रप्रणाली देशात कार्यरत आहे. शहराच्या पायाभूत सुविधा बळकट करण्यासाठी

अशा प्रणालीचा योग्य वापर करणे उचित ठरणार आहे. बोगदे बनवण्याच्या विविध पद्धती पुढीलप्रमाणे आहेत.

ड्रिलिंग अँड ब्लास्टिंग

पूर्वीच्या काळी आदिमानवाचा निवारा म्हणजे गुहा होती. त्यामध्ये प्रवेश करताना त्याला बोगद्याचा वापर करावा लागत असे. इराक देशातील बॅबिलॉन शहरात राजवाडा आणि देऊळ यांना जोडणारा बोगदा सापडला. ग्रीक आणि रोमन साम्राज्यात ड्रेनेज, पाणी इत्यादी वाहिन्यांसाठी बोगद्यांचा वापर होत असे. सुरक्षितेसाठी बोगदे कठीण खडकातून खोदले जात असत. खडक फोडण्यासाठी उष्णता देऊन त्यावर पाणी मारले जात होते. सर्वेक्षणासाठी दोर, ओळंबा यांचा वापर होत असे. अंदाजे १७व्या शतकापासून खडक फोडण्यासाठी गन पावडरसारख्या स्फोटकांचा वापर करण्यास सुरुवात झाली. बोगदे बनवण्यासाठी स्फोटकांचा वापर आजही केला जातो. या पद्धतीला 'ड्रिलिंग अँड ब्लास्टिंग' असे संबोधले जाते. १९९०च्या काळातील कोकण रेल्वे प्रकल्पात ८४ किलोमीटर लांबीचे एकूण ९२ बोगदे होते. मुंबई-पुणे द्रुतगती मार्गावर अंदाजे सहा किलोमीटर लांबीचे बोगदे आहेत. हे सर्व बोगदे याच पद्धतीने तयार करण्यात आले आहेत. बोगदे तयार करण्यासाठी अशी पद्धत वापरताना योग्य प्रशिक्षण, अनुभव आणि सरकारी परवाना यांची आवश्यकता असते. शहरांमध्ये बोगदे बनवण्यासाठी ही पद्धत उपयुक्त ठरत नाही.

कट अँड कव्हर

बोगदे तयार करण्याच्या दुसऱ्या पद्धतीत खोदकाम, बोगदा आणि वरून भराव करणे असा क्रम असतो. बोगद्यासाठी असणारा भूस्तर मृदू आणि पृष्ठभागापासून त्याची खोली कमी असेल तर ही पद्धत वापरणे योग्य ठरते. दुबईस्थित पाम सिटीमध्ये प्रवेश करणारा १.४ मीटर लांबीचा बोगदा अशाच पद्धतीने बनवला आहे. तो

ड्रिलिंग अँड ब्लास्टिंगचे सुरू असलेले काम.

तयार करण्यासाठी जवळपास महिनाभर समुद्री पाण्याचा सतत उपसा करावा लागला. शहरातील वाहतुकीचे नियंत्रण करण्यासाठी अनेकदा आपल्याला अंडरपास अथवा भुयारी मार्ग करावे लागतात. त्यासाठी हीच पद्धत उपयुक्त ठरते. पूर्वीच्या काळी रेल्वे क्रॉसिंग करण्यासाठी ब्रिटिशांनी अनेक ठिकाणी दगडी बांधकामातील बोगदे बनवले आहेत. शंभर वर्षांचा कालावधी पूर्ण करूनही ते आज सुस्थितीत आहेत.

टनेल बोरिंग मशिन

बोगदे बनवण्याच्या तिसऱ्या अत्याधुनिक पद्धतीला टनेल बोरिंग मशिन अथवा टीबीएम असे संबोधले जाते. एखाद्या रेल्वे इंजिनाप्रमाणे दिसणाऱ्या या यंत्रणेच्या साहाय्याने एक मीटरपासून ते १५ मीटर व्यासापर्यंतचे बोगदे सुरक्षित आणि सहजतेने करता येतात. एक किलोमीटर लांबीच्या मोठ्या व्यासाचा बोगदा प्रतिदिन १५ मीटर गतीने काही महिन्यांत पूर्ण करता येतो. खडकाच्या कठीणतेनुसार कामाची गती कमीजास्त होत असते.

बोगद्याचा एक महत्त्वाकांक्षी प्रकल्प मलेशियाची राजधानी क्वालालंपूर येथे करण्यात आला. भुयारी रेल्वे, मोनोरेल इत्यादी टप्प्याटप्प्याने सुरू करून वाहतुकीचे विविध पर्याय निर्माण करण्यात आले. परंतु पावसाळी पाण्याची समस्या दूर करणे बाकी होते. त्यासाठी २००३ मध्ये शहराखालून ९.७ किलोमीटर लांबीचा बोगदा बनवण्याचा प्रस्ताव तयार करण्यात आला. एकूण बोगद्यापैकी चार किलोमीटर लांबीचा वापर, वाहतुकीसाठी करण्याची रचना केली. प्रत्यक्ष कामाच्या वेळी आजूबाजूला असणाऱ्या गगनचुंबी इमारतींचा पाया सुरक्षित ठेवण्याचे आव्हान अभियंत्यांनी अत्याधुनिक यंत्रप्रणालीच्या सहाय्याने पूर्ण केले. आज हा बोगदा स्मार्ट टनेल म्हणजेच स्टॉर्मवॉटर अँड रोड टनेल (Stormwater and road tunnel) म्हणून प्रसिद्ध आहे. पुणे मेट्रो प्रकल्पात ५.४ किलोमीटर लांबीचा बोगदा करण्यासाठी टीबीएम यंत्रणेचा वापर होत आहे. जगात टीबीएम बनणाऱ्या हेरिंगनेट (जर्मनी), मीट्सबुझी (जपान), रॉबिन्स (अमेरिका) या कंपन्या कार्यरत आहेत.

वास्तुनिर्मितीतील उंचीचे महत्त्व

आजपर्यंत घर म्हटले, की स्क्वेअर फूट हेच आपल्याला माहीत आहे. घराचे मोजमाप करताना आपण फक्त लांबी आणि रुंदी याचाच विचार करत आलो, परंतु प्रत्येक घराला एक उंचीही असते हे आपल्याला चटकन लक्षात येत नाही. खरे पाहता माणसाला उंचीचे आकर्षण पूर्वापार आहे आणि कोणत्याही वास्तू निर्मितीमध्ये तिच्या उंचीचे महत्त्व अनन्यसाधारण असते. उदाहरणार्थ इजिप्तचा गिझाचा पिरॅमिड त्याच्या बांधणी आणि १४६ मीटर उंचीमुळे जगातील सात आश्चर्यांच्या यादीत गणला जातो.

आजच्या काळात तर उंच उंच इमारती बांधण्यात जागतिक स्पर्धाच चालू आहे. यामध्ये मलेशियाचा ४५२ मीटर उंचीचा पेट्रोनास टॉवर, दुबईचा ८२८ मीटर उंचीच्या बुर्ज खलिफा यांचा समावेश करता येईल. हे सर्व मनोरे त्यांची वास्तुरचना आणि गगनाला गवसणी घालणाऱ्या उंचीमुळे पर्यटकांचे आकर्षण केंद्र बनली आहेत.

वास्तूची उंची

एखाद्या घरात पाऊल टाकताक्षणी त्याची उंची भव्य असेल तर त्याचे वेगळेपण लगेच आपल्याला जाणवते. पूर्वीच्या काळी वास्तू बांधताना उंचीचा अचूक परिणाम साधला जात असे. मग ते एखादे मंदिर, चर्च अथवा राजवाडा असो. त्यांची उंची हेच त्यांच्या वैभवाची साक्ष असे. मुंबईच्या छत्रपती शिवाजी रेल्वे स्टेशनवर पाऊल पडताक्षणी आपले नकळत लक्ष जाते ते तेथील भव्य छताकडे. घराच्या बाबतीत नेमके हेच घडते. बदलत्या काळात घराच्या उंचीची समीकरणे आज बदलली आहेत. सर्वसाधारणपणे निवासी इमारतीमधील फ्लॅटची उंची दहा फुटापर्यंत असते. त्यापेक्षा अधिक ठेवल्यास मजल्याची उंची वाढत जाऊन इमारतीची उंची वाढते आणि

त्यामुळे बांधकामाची नियमावली बदलते. जसजसी इमारत उंच होते तसतसे तिची लांबी आणि रुंदी कमी होऊन पर्यायाने फ्लोअर एरिया कमी होतो. या वेळी सीमारेषा आणि इमारतीमधील साईड मार्जिनमध्ये वाढ होते. त्याचप्रमाणे सुरक्षितता, अग्निप्रतिबंधकता, कचरा वर्गीकरण, लिफ्ट, पाणीपुरवठा पंपाची हॉर्सपॉवर, जिना अशा अनेक गोष्टींसाठी असणारे निकष बदलले जातात.

अंतर्गत वातावरणनिर्मिती

फ्लॅटमध्ये खिडकीची सुरुवात फ्लोअरिंगपासून अंदाजे तीन फुटापर्यंत ठेवली जाते. याला सील लेव्हल म्हणतात. समजा, हीच सील लेव्हल दोन फुटावर ठेवली तर खिडकीची उंची वाढून अधिक सूर्यप्रकाश आणि खेळती हवा अंतर्गत भागात येते. खोलीची उंची वाढली असता असाच परिणाम आपल्याला अनुभवायला मिळतो. अंतर्गत भागात अधिक प्राणवायू येऊन आरोग्यावर सकारात्मक परिणाम घडतो. ग्रीन बिल्डिंग संकल्पनेत अंतर्गत वातावरणनिर्मितीसाठी प्राधान्य दिले आहे. फक्त बैठकीच्या खोलीची उंची वाढवूनसुद्धा सुखद वातावरणनिर्मिती करणे साध्य होते आणि अशा बदलामध्ये जर अंतर्गत जिन्याचा समावेश असला तर फ्लॅटचे सौंदर्य अधिक खुलून दिसते. व्यावसायिकदृष्ट्या घराचे मोजमाप आपण स्क्वेअर फुटात करतो. रेरा कायदा येण्यापूर्वी घराचे क्षेत्रफळ कार्पेट, बिल्टअप आणि सुपर बिल्टअप अशा विविध पद्धतीने केले जात होते. त्यामुळे क्षेत्रफळाबाबत ग्राहकांच्या मनात गोंधळ निर्माण होत असे. आता नवीन कायद्याप्रमाणे फ्लॅटचे मोजमाप कार्पेट पद्धतीने होणार आहे.

प्लॉट घेऊन त्यावर स्वतंत्र बंगला बांधणे हे वाटते तितके आजच्या काळात सोपे नाही. परंतु उंच फ्लॅटकडे आपण त्रिमितीय नजरेतून पाहिले तर फ्लॅटमध्येच आपल्याला बंगल्यात राहण्याची अनुभूती येऊ शकते. मात्र अशा पद्धतीने विचार करणारा ग्राहक आणि विकसक बोटांवर मोजण्याइतकेच असतील. आज घराची गरज ही सर्वसामान्यांपासून अतिश्रीमंत व्यक्तींपर्यंत आहे. यामुळेच रिअल इस्टेटमध्ये परवडणाऱ्या घरांप्रमाणेच लक्झरियस हौसिंगची मागणी होत आहे. आरामदायी घरांची निर्मिती करताना उंचीचा योग्य परिणाम साधणे आवश्यक आहे. क्युबिक फुटातील घर अथवा फ्लॅटमध्येच बंगल्याची अनुभूती आपणही घेऊ शकतो. त्यासाठी घराची रचना करताना आपल्याला वास्तुरचनाकाराची मदत घ्यावी लागेल. लिव्हिंग रूमला दुमजली छत, बेडरूममध्ये जाणारी सुबक स्टेअरकेस, वर आणि खाली दोन टेरेस, दोन स्वतंत्र टॉयलेट, फ्लोअरिंगपासून छतापर्यंत असणारे ग्लास फसाड, घरातूनच बाहेरील निसर्गाचे विहंगम दृश्य पाहायला मिळाले तर ग्राहक अशा वास्तूच्या प्रेमात पडणार यात शंका नाही.

•••

विभाग ४

ऊर्जा आणि पर्यावरण

सुसह्य जीवनशैलीसाठी पर्यावरण आणि ऊर्जा यांचे महत्त्व सर्वांनाच माहिती आहे. त्यासाठी उर्जेची बचत आणि पर्यावरणाचे संतुलन जपायला हवे. त्यामध्ये अपारंपरिक उर्जेचा जास्तीत जास्त वापर करावा लागेल. झाडे लावा आणि जगवा, विजेवर चालणारी वाहने यांचेही महत्त्व सर्वांना समजायला हवे. या संदर्भात पर्यावरण आणि ऊर्जा विषयीच्या संकल्पनांची ओळख या विभागात होईल.

'विजेच्या वेगाने' शाश्वत विकास

जागतिक तापमानवाढ, इंधनाचे वाढते दर, शहर प्रदूषण, पर्यावरणाचे बिघडलेले संतुलन, ऊर्जेची वाढती मागणी अशा समस्या साऱ्या जगाला आज तीव्रतेने भेडसावत आहेत. परंतु अमेरिकेसारखा प्रगत देश मात्र ऊर्जा आणि इंधन या दोन्ही बाबतींत आज स्वयंपूर्ण बनला आहे. त्यासाठी गेल्या काही दशकांत त्यांनी केलेले प्रामाणिक प्रयत्न इतर देशांना निश्चितच अनुकरणीय आहेत.

अमेरिकेतील ऊर्जा निर्मिती प्रामुख्याने आण्विक १९, औष्णिक २७, गॅस ३५, हायड्रो ७, अपारंपरिक १० आणि गॅस व पेट्रोल २ टक्के अशी आहे. भारतात हेच प्रमाण आण्विक २, औष्णिक ७०, हायड्रो १५, अपारंपरिक ११ आणि गॅस व पेट्रोल २ टक्के असे आहे. देशात सूर्यप्रकाश, पाणी, वारा यांचे नैसर्गिक वरदान असल्यामुळे सौर, जल, पवन ऊर्जा निर्मितीबाबत अमेरिकेची प्रगती नेत्रदीपक आहे. देशाच्या प्रगतीसाठी लागणारे ऊर्जा निर्मिती आणि इंधनाचे विविध पर्याय अमेरिकेने अगोदरपासूनच निवडले आहेत. अमेरिकेतील एनर्जी इन्फर्मेशन ॲडमिनिस्ट्रेशन (EIA) नुसार देशातील खनिज तेलाचे उत्पादन एक कोटी ६० लाख बॅरल प्रतिदिनपर्यंत पोचले आहे. इंधनाच्या एकूण गरजेपेक्षा फक्त १९ टक्के आयात कॅनडा, मेक्सिको, नायजेरिया, व्हेनेझुएला, सौदी अरेबिया या देशांतून होते. सर्वसाधारणपणे चार डॉलर प्रति गॅलन म्हणजे ८० रुपये लीटर असा पेट्रोलचा आजचा सरासरी भाव आहे. आंतरराष्ट्रीय बाजारपेठेतील बॅरलच्या किमतीत चढउतार झाले, की त्यानुसार हा दर बदलतो. या देशात वाहनांसाठी गॅसोलीन अथवा पेट्रोल, डिझेल, एलपीजी, सीएनजी, इथेनॉल आणि बायो डिझेल असे विविध इंधनाचे पर्याय उपलब्ध आहेत. इतकी सुबत्ता असूनही भविष्यात

वाहनांसाठी अपारंपरिक ऊर्जेवर आधारित असणाऱ्या इलेक्ट्रिक अथवा विद्युत इंधनाचा वापर करण्याचे उद्दिष्ट अमेरिकेने ठरवले आहे.

विद्युतीकरणाचे बळकटीकरण

अमेरिकीचे राष्ट्राध्यक्ष जो बायडन यांनी पार्लमेंट हाऊसमध्ये बिल्ड बॅक बेटर ॲक्ट (BBBA) संमत केल्याने संपूर्ण देशातील विद्युतीकरणाचे तंत्रज्ञान अधिक बळकट होणार आहे. त्यासाठी अंदाजे १२०० कोटी अमेरिकन डॉलर्स आर्थिक गुंतवणूक करण्यात आली आहे. नोव्हेंबर २०२१ मध्ये संमत झालेल्या इन्फ्रास्ट्रक्चर इन्व्हेस्टमेंट अँड जॉब ॲक्ट (IIJA) नुसार अंदाजे ८०० कोटी डॉलर्स इलेक्ट्रिक वाहनांचे उत्पादन आणि त्यांना आवश्यक असणाऱ्या चार्जिंग स्टेशन्सच्या उभारणीसाठी या अगोदरच मंजूर झाले आहेत. या गुंतवणुकीतील ५०० कोटी निधी शाळा आणि सार्वजनिक ई-बसेस खरेदीसाठी, ३०० कोटी निधी वाहनांसाठी लागणाऱ्या नवीन बॅटरी उत्पादन आणि जुन्या बॅटरींच्या पुनर्वापरासाठी असणार आहेत. या व्यतिरिक्त पाच बिलियन घरांसाठी लागणारी विद्युत ऊर्जा, शाळा आणि सार्वजनिक इमारतींसाठी खर्च होणार आहेत. या संपूर्ण उपक्रमाद्वारे हजारोंच्या संख्येने रोजगार निर्मिती होईल अशी आशा प्रशासनाला आहे. विजेवर चालणारी वाहने खरेदी करणाऱ्यांना प्रशासनातर्फे प्रोत्साहनपर १२ हजार डॉलरची कर सवलत मिळणार आहे. मोठे ट्रक खरेदी करणाऱ्यांना ३० टक्के अधिक सवलत मिळेल. देशाच्या विद्युतीकरण धोरणाचा मुख्य उद्देश, स्वच्छ अथवा क्लीन ऊर्जा निर्मितीच्या साहाय्याने हरित वायूचे उत्सर्जन रोखून शाश्वत विकास करण्याचे आहे. त्यासाठी लागणारी आवश्यक धोरणे, सुविधा आणि तंत्रज्ञानाची निश्चिती पूर्ण झाली आहे. भविष्यात विजेवर चालणाऱ्या वाहनांचा जास्तीतजास्त वापर नागरिकांनी करावा यासाठी प्रशासनाने पुढाकार घेतल्याने प्रदूषणाचे प्रमाण नियंत्रित राहून नागरिकांचे जीवन सुसह्य होणार आहे.

उद्योग क्षेत्राचा सहभाग

या राष्ट्रीय मिशनमध्ये अमेरिकेतली वाहन उद्योगांनी सकारात्मक सहभाग दर्शवला आहे. अमेरिकेत अग्रस्थानी असणाऱ्या जनरल मोटर्स कंपनीने टप्प्याटप्प्याने २०३५ पर्यंत पेट्रोलवर चालणाऱ्या वाहनांचे उत्पादन बंद करण्याचा निर्णय घेतला आहे. पुढील काळात विजेवर चालणाऱ्या वाहनांचे उत्पादन करण्यासाठी २७०० कोटी डॉलरची गुंतवणूक करण्याचे पाऊल उचलले आहे. कंपनीद्वारे संपूर्ण देशांतर्गत बॅटरी चार्जिंग स्टेशन्स उभारण्यासाठी अपारंपरिक ऊर्जेचा वापर होणार आहे. इतर पायाभूत सुविधा पुरवण्यासाठी एडिसन इलेक्ट्रिक इन्स्टिट्यूट, टेनिसी व्हॅली ऑथॉरिटी, मिडवेस्ट एनर्जी अशा नामांकित कंपन्यांनी पुढाकार घेतला आहे. या सर्व वाहन उद्योगांचे प्रमुख उद्दिष्ट २०३० पर्यंत रस्त्यावरील विजेवर चालणाऱ्या वाहनांची संख्या सध्याच्या २० लाखावरून २ कोटीपर्यंत नेण्याचे आहे.

या मिशनमध्ये जगातील सर्वात श्रीमंत स्थानावर असणाऱ्या टेस्ला कंपनीचे सीईओ एलॉन मस्क यांनी भरघोस अर्थपूर्ण योगदान करण्याचे निश्चित केले आहे. त्यामुळे या मिशनची वाटचाल अधिक वेगाने होईल. तसे पाहता विजेवर चालणाऱ्या चारचाकी स्पोर्ट्स कारची निर्मिती सर्वप्रथम मस्क यांनीच २००६ मध्ये केली होती. त्या वेळी या कारचा आकार लहान असूनही किंमत अंदाजे ७० हजार डॉलर होती. टेस्लाने २००८ मध्ये लिथियम बॅटरीवर चालणाऱ्या २५०० कार्स बाजारात आणून लोकांना आकर्षित केले. टेस्लाने वीज निर्मितीसाठी दोन बिलियन डॉलर्सची गुंतवणूक सोलर सिटीच्या माध्यमातून याअगोदरच केली आहे. भविष्यातील टेस्ला कारच्या

किमती मॉडेलनुसार ४७ हजार ते एक लाख ३० हजार डॉलरपर्यंत असतील. बॅटरी किटची किंमत अंदाजे १३ ते २० हजार डॉलर असणार आहे. दोन लाख मैल म्हणजे तीन लाख किलोमीटर अंतरानंतर बॅटरी किट बदलावे लागेल. खराब बॅटरी वॉरंटी कालावधीत बदलून मिळेल. नवीन बॅटरीमध्ये आयुष्यमर्यादा वाढण्यासाठी निकेल, कोबाल्ट, ॲल्युमिनियम आणि लिथियम, आयर्न, फॉस्फेट यांचे मिश्रण असणार आहे. चार्जिंगसाठी ३० ते ४० मिनिटे लागतील. एकदा चार्ज झाल्यावर अंदाजे ३०० मैल प्रवास करणे शक्य होईल. कमीतकमी दहा वर्षे अशी कार निर्धोकपणे रस्त्यावर चालू शकेल. एलॉन मस्क यांना सर्वसामान्यांना परवडणाऱ्या इलेक्ट्रिक कार्स बनवण्याचे स्वप्न पूर्ण करायचे आहे. आजपर्यंतच्या अनेक स्वप्नांची महत्त्वाकांक्षेने पूर्तता करणाऱ्या मस्क यांना हे अशक्य नाही. युरोपमधील नॉर्वे, स्वीडन या देशांनी अमेरिकेच्या अगोदरच इलेक्ट्रिक वाहनांचा पर्याय काही वर्षांपूर्वी निवडला आहे. जागतिक बदलांना स्वीकारून आपल्यालाही वाहन आणि इंधनाचे नवनवीन पर्याय भविष्यात निवडावे लागणार आहेत हे निश्चित.

•••

प्रगत पर्यावरण सुरक्षा संस्था

अमेरिकेतील पर्यावरणाचे संतुलन राखण्यासाठी अनेक कायदे ईपीएने (एनव्हार्यन्मेंटल प्रोटेक्शन एजन्सी) केले आहेत. यामध्ये प्रामुख्याने क्लीन एअर, क्लीन वॉटर, ओशन डम्पिंग, सेफ ड्रिंकिंग वॉटर, टॉक्सिस सबस्टंट कंट्रोल ॲक्ट यांचा समावेश करता येईल. आज अमेरिकेत जगातील हजारो उद्योगसमूह विविध वस्तूंची निर्मिती करत आहेत. ईपीएची त्याकडे करडी नजर असल्यामुळे कायद्याचे उल्लंघन करण्याचे धाडस सहसा कोणी करत नाही.

अमेरिकेत मानवी आरोग्यास अपायकारक असणारे सहा प्रमुख घटक ईपीएने जाहीर केले आहेत. यामध्ये सल्फर डाय ऑक्साईड, हवेतील सूक्ष्म धूलिकण, कार्बन मोनाक्साईड, फोटोकेमिकल ऑक्सिडंट, नायट्रोजन ऑक्साईड आणि हायड्रोकार्बन यांचा समावेश होतो. ईपीएने या सर्वांचे हवेतील प्रमाण किती असावे याची निश्चिती केली आहे. १९७१ मध्ये ईपीएने या घटकांच्या धोकादायक पातळींचा आलेख देशासमोर मांडला. त्यावर नियंत्रण ठेवण्यासाठी अमेरिकेत रस्त्यावर धावणाऱ्या सर्व चारचाकी, ट्रक आणि इतर वाहनांमध्ये वापरल्या जाणाऱ्या इंधनाची नियमितपणे कडक तपासणीची सुरुवात झाली. आज अमेरिकेतील रस्त्यावर एकाच वेळी हजारोंच्या पटीने वाहने धावतात, परंतु कोठेही धुराचे प्रमाण जाणवत नाही.

इंधनाच्या बाबतीत हा देश आता स्वयंपूर्ण बनला आहे. देशातील इंधनाची प्रचंड गरज ओळखून काही वर्षांपूर्वीच त्यांनी योग्य दिशेने पावले टाकण्यास सुरुवात केली. इंधनाच्या एकूण गरजेपेक्षा फक्त १९ टक्के आयात आज अमेरिकेला करावी लागते. ही आयात कॅनडा, मेक्सिको, नायजेरिया, व्हेनेझुएला, सौदी अरेबिया या देशांतून होते. शुद्धतेच्या तपासणीशिवाय इंधनाचा वापर कोणत्याही वाहनांमध्ये होत नाही. पेट्रोलमधील

सल्फरचे प्रमाण १० पीपीएम म्हणजे (पार्ट्स पर मिलियन) पेक्षा कमी असते. सल्फरचे प्रमाण कमी असणाऱ्या अल्ट्रा लो सल्फर इंधनाचा वापर येथील वाहनांमध्ये केला जातो. आंतरराष्ट्रीय बाजारपेठेत बॅरलच्या भावामध्ये जरी चढउतार झाले तरी देशात त्याचा परिणाम जाणवत नाही.

ईपीएची पार्श्वभूमी

अमेरिकेतली आजची पर्यावरण संरक्षणविषयक धोरणांची सुरुवात होण्यापाठीमागे १९६२ सालातील दुर्घटना कारणीभूत ठरली. कॅलिफोर्नियात खनिज तेलाचे उत्खनन करताना लाखो गॅलन ऑइल समुद्रात मिसळून तेथील जलचर प्राणिमात्रांचे आयुष्य उद्ध्वस्त झाले होते. तत्कालीन राष्ट्राध्यक्ष रिचर्ड निक्सन यांनी आपल्या कारकिर्दीत या घटनेची गंभीर दखल घेतली आणि देशहितासाठी काही कडक नियमांची अंमलबजावणी करण्याचे ठरवले. यातूनच २ डिसेंबर १९७० रोजी अमेरिकेत पर्यावरणाचे संरक्षण करण्यासाठी एनव्हार्यन्मेंटल प्रोटेक्शन एजन्सीची (ईपीए) स्थापना झाली. या एजन्सीचे प्रमुख उद्दिष्ट निसर्गाने मुक्तहस्ते जगण्यासाठी दिलेले पाणी, हवा यांचे प्रदूषण रोखणे आणि मानवी जीवन सुसह्य होण्यासाठीचे प्रयत्न करणे असे होते. अमेरिकन प्रशासनाने ईपीएला देशातील तमाम नागरिकांच्या सुसह्य जीवनासाठी आवश्यक हवेचा दर्जा, वाहनातून उत्सर्जित होणाऱ्या धुराचे प्रमाण, प्रदूषण रोखण्यासाठी लागणारे निकष या बाबतीत लागणारी नियमावली तयार करण्याचे अधिकार दिले. १९७३ साली अमेरिकेत क्लीन एअर ॲक्ट लागू झाला आणि देशातील सर्व वाहनांना धुरावर नियंत्रण करणाऱ्या कॅटॅलिटिक कन्व्हर्टर बसवण्याची सक्ती झाली. या महत्त्वपूर्ण निर्णयामुळे पुढील २० वर्षांत जवळपास २ लाख नागरिकांची हवेतील शिसे, सल्फर डाय ऑक्साईड, मिथेन अशा विषारी वायूंमुळे होणारी जीवितहानी टळली.

ऊर्जास्त्रोतांची रचना

ऊर्जेच्या बाबतीत अमेरिका आपल्यासारखा फक्त कोळशाची आयात आणि औष्णिक ऊर्जेवर अवलंबून नाही. संपूर्ण देशात सूर्यप्रकाश, पाणी, वारा यांचे नैसर्गिक वरदान असल्यामुळे सौर, जल, पवन ऊर्जा निर्मितीबाबत अमेरिकेची प्रगती नेत्रदीपक आहे. या सर्वांमुळे देशातील पर्यावरणाचे संतुलन राखण्यास पर्यायाने मदत झाली आहे. देशात नैसर्गिक आणि कृत्रिम तलाव मोठ्या प्रमाणात आहेत. क्लीन वॉटर ॲक्टनुसार अमेरिका आणि शेजारील कॅनडा यामधील सयुक्तिक करारान्वये येथील ग्रेट लेकची स्वच्छता होत असते. अमेरिकेतील २५ मिलियन लोकांना लागणाऱ्या पिण्याच्या पाण्यापैकी ९५ टक्के पाणीपुरवठा याच तलावातून होत असतो. अमेरिकन आणि रशियन शास्त्रज्ञ एकत्रितरीत्या भूकंपाची निर्मिती, हवा आणि पाणी प्रदूषण नियंत्रण, पाणीपुरवठा तंत्र याविषयक संशोधन करत आहेत. त्याचा जगातील इतर देशांनाही भविष्यात उपयोग होईल. अमेरिकेची लोकसंख्या, जगाच्या लोकसंख्येच्या ५ टक्के असूनही या देशात एकूण जागतिक साधनसंपत्तीपैकी जवळपास ३० टक्के खर्च होते. ही कोणालाही खटकणारी बाब म्हणता येईल.

•••

बांबूचा ताकदवान पूल

स्थापत्य अभियांत्रिकीतील रचना आणि संरचना करताना गणित आणि भूमिती या विषयांची महत्त्वपूर्ण मदत घ्यावी लागते. विद्यार्थिदशेत गणित हा विषय अनेकांना सुरुवातीला अवघड वाटतो, परंतु एकदा समजला, की त्यामध्ये पैकीच्या पैकी गुण मिळवता येतात, हे अनेकांनी सिद्ध करून दाखवले आहे. सध्याच्या महागाईने त्रस्त झालेल्या दैनंदिन जीवनातही रोज बेरीज- वजाबाकीचे गणित करावे लागते. स्थापत्य क्षेत्रातील इमारती, पूल, रस्ते यांची निर्मिती गणिताशिवाय होऊ शकत नाही. १८६५ मध्ये केंब्रिज शहरातील केम (Kem river) नदीवर एक लाकडी पादचारी पूल बांधण्यात आला. त्याची दोन वेळा पुनर्बांधणी करण्यात आली. हा पूल संपूर्णपणे गणितातील सिद्धान्तावर आधारित आहे.

आज हा पूल साऱ्या जगात 'मॅथेमॅटिकल ब्रीज' म्हणून ओळखला जातो. विल्यम एथरीज यांनी पुलाची संरचना केली असून जेम्स एसेक्स (James Essex) यांनी तो बांधला. तेथील गाईड या पुलाबाबत आजही एक दंतकथा पर्यटकांना सांगतात. ती म्हणजे सर आयझॅक न्यूटन यांनी असाच स्वआधारित पूल कोणत्याही नटबोल्टशिवाय उभारला होता. यामधील खरे-खोटे जाण्यापेक्षा प्रत्यक्षात असाच बांबूंचा स्व-आधारित पूल बांधण्यात आपण यशस्वी झालो आहोत. फक्त इथे आपल्याला नटबोल्टचा वापर करावा लागतो. बांबूच्या अशा पुलाचे अनेक फायदे असून अनेक जागी त्याची उपयुक्तता प्रकर्षाने जाणवते.

पुण्यातील लकडी पूल

केंब्रिज शहरातील लाकडी पुलाप्रमाणे पुण्यातील लकडी पुलाचा इतिहास मनोरंजक आहे. १७६१ मध्ये नानासाहेब

पेशवे यांनी मुठा नदीवर हा पूल उभारला. हा पूल स्वआधारित नसला तरी त्याची बांधणी सुरुवातीला संपूर्णतः लाकडामधील होती, त्यामुळे पुलाची ओळख 'लकडी पूल' अशी झाली. हा पुणे शहरातील सर्वात जुना आणि पहिला पूल होता. पुलाची उभारणी फक्त तीस दिवसांत झाली. उभारणी होताना स्वतः नानासाहेब पेशवे देखरेख करण्यासाठी येत होते. १८४० मध्ये इंग्रजांनी पुलाचे दगडी पुलांमध्ये रूपांतर केले. पुढे १९२० मध्ये पुलाची रुंदी, पदपथ यामध्ये वाढ करून नूतनीकरण झाले. अभियांत्रिकीतील सर्वोच्च मानदंड असणारे सर मोक्षगुंडम विश्वेश्वरय्या यांच्या हस्ते नवीन पुलाचे उद्घाटन करण्यात आले. पूल बांधणीनंतर बरोबर २०० वर्षांनी आलेल्या पानशेत पुराच्या तडाख्यात शहराबरोबरच पुलाचे नुकसान झाले. अशा आपत्कालीन काळात तातडीने भारतीय जवानांनी पुलाची डागडुजी केली. पुण्यातील आजचा संभाजी पूल अजूनही 'लकडी पूल' म्हणून ओळखला जात असून पुण्याच्या वैभवात भर घालत आहे.

बांबूचा स्व-आधारित पूल

आजच्या बदलत्या काळात लाकूड वापरून पूल बनवणे शक्य नाही, परंतु त्याला उत्तम पर्याय असणारा बांबू आपणास उपलब्ध आहे. विशिष्ट प्रक्रिया केलेले बांबू ऊन, वारा, पाऊस यांना कित्येक वर्षे तोंड देऊ शकतात. प्रक्रियेनंतर त्यामधील भूकंप प्रतिकारकता आणि ताकद विलक्षण पटीने वाढते. १५ फुटापासून ३५ फूट लांबीचे बांबूचे पूल आपल्याला सहज बनवता येतात. पुणे जिल्ह्यातील मुळशी तालुकास्थित शेडाणी गावात बांबूपासून विविध वस्तू बनवण्याचा निर्मिती प्रकल्प कार्यान्वित आहे. तेथील कुशल कारागिरांनी बांबूचा स्व-आधारित पूल बनवला आहे. त्यांनी २२ फूट लांबी, ५ फूट रुंदी आणि ३ फूट उंची असणारा नमुना पूल बनवला आहे. पुलाची त्रिज्या साडेपंधरा फूट भरते. या पूलमध्ये एका वेळी १५ व्यक्ती अथवा एक टन वजन पेलण्याची क्षमता आहे. गोलाची रचना आणि संरचना गणितातील सिद्धान्तावर केली आहे. ज्याची त्रिज्या वर्तुळाच्या त्रिज्येइतकी असते. पुलाची लांबी, रुंदी, उंची प्रथम निश्चित केली जाते. पुलाची सुरुवात आणि शेवट म्हणजे आर्चचे दोन अंतिम बिंदू असतात. या बिंदूमधून निघणाऱ्या दोन स्वतंत्र रेषा ज्या वेळी एकमेकांना काटकोनात छेदतात तो वर्तुळाचा केंद्रबिंदू असतो. तो एकदा मिळाला, की आपल्याला त्रिज्या समजते. त्यावरून पुलाची मांडणी करता येते. मांडणी करताना आर्च ही स्पर्शरेषा समजून केली जाते. आधारासाठी क्रॉस बीम, बालुस्टर (नक्षीदार उभा आधार), रेलिंग असे विविध भाग तयार केले जातात. प्रथम जमिनीवर पुलासाठी लागणाऱ्या भक्कम पायांचे दोन्हीकडील बांधकाम करावे लागते. दोन्ही बाजूंची उभारणी विविध भाग एकमेकांना नट-बोल्टच्या साह्याने जोडून केली जाते. शेवटी पादचारी पायाच्या भागाचे वजन त्यावर तेवढे ठेवले जाते. या पद्धतीने स्वआधारित पुलांची निर्मिती कमी खर्चात आणि जलद गतीने करता येते. पुलाची आयुष्य मर्यादा अंदाजे १५ वर्षे असू शकते. खेडोपाडी अथवा गावातील नद्या, ओढे, कालवे अशा ठिकाणी लोक पाण्यातून असुरक्षितपणे मार्ग काढत असतात. अशा ठिकाणी बांबूचा स्वआधारित पूल नक्कीच वरदान ठरेल.

ग्रीन संकल्पनेचे विमानतळ

शहराच्या पायाभूत सुविधा बळकट करताना पर्यावरणाशी बांधिलकी राखण्याचे प्रयत्न सातत्याने करणे आवश्यक असते. बांधकाम क्षेत्राने काळाची गरज ओळखून पद्धतीमध्ये आमूलाग्र बदल केले आहेत, त्यामुळे पर्यावरणाचे रक्षण होऊन पुढील पिढ्यांचे जीवन सुसह्य होण्यास हातभार लागणार आहे. २०१० च्या सुमारास राष्ट्रकुल स्पर्धेच्या निमित्ताने राजधानी दिल्लीच्या पायाभूत सुविधांच्या विकासाची कामे करण्यात आली. शहरात मेट्रोचे जाळे विणले जाऊन आंतरदेशीय दर्जाच्या विमानतळाची उभारणी तेथे केली गेली. देशातील अनेक शहरांच्या विकासासाठी अशाच गोष्टी आवश्यक आहेत.

दिल्लीचे नवीन विमानतळ जुन्या 'टर्मिनल १' पासून नऊ किलोमीटर अंतरावर आहे. जो आज दिल्ली 'टर्मिनल ३' म्हणून ओळखला जातो. त्याची बांधणी ग्रीन संकल्पनेवर आधारित असल्याने अमेरिकेतली 'लीड' या मानांकन पद्धतीने विमानतळाला सुवर्ण मानांकनाचा म्हणजेच 'गोल्ड रेटिंग'चा दर्जा बहाल केला. त्यामुळे देशातील सर्वात मोठ्या आणि जगातील आठव्या क्रमांकावर या विमानतळाची गणना झाली. वर्षाकाठी ३ कोटी ४० लाख पर्यटक इतकी क्षमता असणाऱ्या विमानतळाचा आता सिंगापूरच्या चांगी विमानतळानंतर क्रमांक लागतो.

ग्रीन संकल्पनेचे महत्त्व

जगामध्ये ग्रीन बिल्डिंग संकल्पनेची सुरुवात होण्यास जागतिक तापमानवाढ आणि हरितगृह वायूंचे वाढते उत्सर्जन मुख्यता कारणीभूत आहे. १९९८ मध्ये ग्रीन बिल्डिंगचे मानांकन ठरवणाऱ्या 'लीडरशिप इन एनर्जी अँड

एन्व्हायर्नमेंटल डिझाइन' या पद्धतीची सुरुवात झाली. तिचे जगभरात स्वागत केले गेले. विविध देशांनी त्यास आपली मान्यता दर्शवली. लीड मानांकनामध्ये प्रशस्तिपत्रक, सिल्वर, गोल्ड आणि प्लॅटिनम असा दर्जा दिला जातो. त्यासाठी इमारत बांधताना लीडने ठरवलेले विविध निकष पूर्ण करावे लागतात. त्यानुसार गुण देऊन अंतिम दर्जा बहाल केला जातो. प्रमुख निकषांमध्ये पर्यावरणाचे रक्षण, ऊर्जेची बचत, पाण्याची बचत आणि पुनर्वापर, पुनर्प्रक्रियेद्वारे बनवलेल्या बांधकाम साहित्याचा वापर, अंतर्गत वातावरण निर्मिती आणि दर्जा, नावीन्यपूर्ण तंत्रज्ञानाचा वापर, नैसर्गिक साधनसंपत्तीची जपणूक, वेस्टेजवर नियंत्रण आणि पुनर्वापर इत्यादी गोष्टींचा समावेश केला जातो.

लीड मानांकन मिळालेले जगात आजपर्यंत अंदाजे सात हजार बांधकाम प्रकल्प असून, त्यापैकी भारतात फक्त ३१५ प्रकल्प आहेत. ही संख्या वाढवावी म्हणून देशातील अनेक संस्था कार्यरत आणि प्रयत्नशील आहेत. यामध्ये प्रामुख्याने इंडियन ग्रीन बिल्डिंग कौन्सिल (IGBC), इंडियन प्लंबिंग असोसिएशन (IPA), द एनर्जी अँड रिसोर्सेस इन्स्टिट्यूट (TERI), यांचे नाव घेता येईल. 'टेरी' या संस्थेने निर्माण केलेल्या 'ग्रीन रेटिंग फॉर इंटिग्रेटेड हॅबिटॅट असेसमेंट' (GRIHA) या मानांकन पद्धतीला अपारंपरिक ऊर्जा मंत्रालय आणि भारत सरकार यांनी 'भारतीय मानांकन पद्धती' म्हणून मान्यता दिली आहे. आपल्या बांधकाम प्रकल्पांना लीड अथवा ग्रिहा यांचे मानांकन मिळणे हे व्यवस्थापन क्षेत्रात भूषणास्पद समजले जाते.

बांधकाम साहित्याची निवड

दिल्ली विमानतळाच्या बांधणीसाठी पर्यावरणपूरक बांधकाम साहित्याची निवड करण्यात आली. काँक्रीटमध्ये फ्लाय अ‍ॅश तर आरसीसीसाठी पुनर्प्रक्रिया केलेले स्टील वापरण्यात आले. अंतर्गत भिंतीसाठी ड्रायवॉल तंत्रज्ञान वापरण्यात आले. भिंतीसाठी हलक्या वजनाचे प्लास्टर जिप्सम बोर्ड, तर फॉल्स सीलिंगसाठी मिनरल फायबर

सीलिंग टाइल्स वापरल्या आहेत. मुख्य छतासाठी स्ट्रक्चरल स्टील आणि शीट्सचा वापर करण्यात आला. खिडक्यांसाठी उच्च दर्जाची ग्लास पॅनेल आणि सुशोभीकरणासाठी ॲल्युमिनियम कंपोझिट पॅनेलचा वापर केला आहे. फ्लोअरिंगसाठी लागणारा ग्रॅनाइट आखातातील बहारीन देशातून आयात केला. विमानतळावर संपूर्णपणे १८ लाख स्क्वेअर फुटाचे कार्पेट टाकण्यात आले आहे. त्याची निर्मिती पुण्याजवळील उरवडे येथील कारखान्यात करण्यात आली.

विमानतळाची भव्यता

एकूण १२४ एकर प्रशस्त जमिनीवर उभारलेले विमानतळ. नऊ मजली विमानतळाचे बांधकाम क्षेत्रफळ ५४ लाख स्क्वेअर फूट. उभारणीसाठी ३७ महिन्यांचा कालावधी आणि १३,५०० कोटी रुपये खर्च. पर्यटकांच्या सोयीसाठी २४० सुरक्षा तपासणी, ९८ परदेशगमन आणि ५० आसन कक्ष, शॉपिंग मॉल आणि १०० खोल्यांच्या तारांकित हॉटेलची सुविधा, दिवसाला ९० हजार पर्यटकांच्या सामानाची हाताळणी करण्यासाठी पाच मजली भव्य कक्ष, ७ किलोमीटर लांब सरकत्या पट्ट्यावरून प्रति तासाला १३ हजार बॅगांची वाहतूक, प्लंबिंग, विद्युत, अग्निशामक, बॉम्बशोधक, सुरक्षा कॅमेरे, एक्स-रे, वातानुकूलीन, अलार्म, रडार, ध्वनी नियंत्रण करणारी सक्षम यंत्रणा, एका वेळी ६३०० चारचाकी गाड्यांचे पार्किंग होईल अशी सात मजली अद्ययावत स्वयंचलित पार्किंग यंत्रणा उपलब्ध आहे.

ग्रीन संकल्पनेचा वापर

अंतर्गत भागात जास्तीतजास्त खेळता सूर्यप्रकाश असल्याने विद्युतऊर्जेची बचत होते. परिसरातील जैवविविधता नष्ट होणार नाही, तसेच जमिनीची धूप कमी होईल याकडे लक्ष देणारी यंत्रणा बसवली आहे. धूळ नियंत्रणासाठी स्प्रिंकलर, ३५ एकर जमिनीचे लँडस्केपद्वारे सुशोभीकरण, ९ लाख २२ हजार झाडे लावण्यात आली असून, त्यांना प्रशासनातर्फे पाणीपुरवठा केला जातो. त्यासाठी प्रतिदिन २ कोटी लीटर पाण्याची गरज लागते. हे पाणी ५० टक्के पाणी भूजलाद्वारे ३५ टक्के पुनर्प्रक्रियेतून, १५ टक्के प्रशासनातर्फे उपलब्ध केले जाते. भूजलाची पातळी वाढवण्यासाठी ३०० हून अधिक ठिकाणी रेन वॉटर हार्वेस्टिंग करण्यात आले आहे. मैला शुद्धीकरण प्रकल्पाद्वारे प्रतिदिन १ कोटी लीटर पाण्याचे शुद्धीकरण होते. या पाण्याचा लँडस्केप, टॉयलेट फ्लशिंग, बांधकाम, वातानुकूलीन यंत्रणेसाठी वापर होतो. प्रदूषणाची पातळी नियंत्रित करण्यासाठी बॅटरी व नैसर्गिक वायूवर चालणाऱ्या वाहनांचा उपयोग केला जातो. वीज आणि पाणी यांची बचत करणाऱ्या उपकरणांचा सर्वत्र वापर केला आहे. कचऱ्याची पुनर्प्रक्रिया व पर्यावरण पद्धतीने विल्हेवाट केली जाते.

पर्यावरणपूरक बांधणीमुळे दिल्ली विमानतळाने आपले वेगळेपण सिद्ध केले आहे. देशातील आगामी विमानतळांची उभारणी ग्रीन संकल्पनेवर आधारित असण्याची गरज आहे.

•••

पवन ऊर्जा : निसर्गाचे वरदान

आज विजेची वाढती मागणी आणि होणारी निर्मिती यामध्ये मोठ्या प्रमाणावर फरक आहे. ही तफावत कमी करणे हे आजच्या काळातील प्रमुख आव्हान व उद्दिष्ट बनले आहे. अपारंपरिक ऊर्जेचा जास्तीतजास्त वापर करणे हाच यावर उत्तम पर्याय आहे. अपारंपरिक ऊर्जेच्या प्रकारांमधील पवन ऊर्जेचे महत्त्व अनन्यसाधारण असून, निसर्गाने तिला मुक्तहस्ते दिली आहे. या पवन ऊर्जेचा दैनंदिन जीवनात सर्वत्र उपयोग करून घेणे काळाची गरज आहे.

वापर

पवन ऊर्जेचा वापर माणूस पूर्वापार करत आला आहे. शिडावर चालणारी जहाजे हे त्याचेच उत्तम उदाहरण म्हणता येईल. इराकमधील बॅबिलोन हे उत्खननात सापडलेले शहर जगातील सात आश्चर्यांपैकी एक मानले जाते. इ. पू. १७९२ या काळात हामुराबी हा या शहराचा पहिला राजा होता. शहरासाठी लागणाऱ्या जलसिंचन प्रकल्पासाठी पवन ऊर्जेचा वापर त्या काळात त्याने केल्याची नोंद इतिहासात आहे. अफगाणिस्तान सीमेवरील सिस्टान शहरात सातव्या शतकात जगातील पहिली पवनचक्की उभारण्यात आली. धान्य दळणे आणि पाण्याचे पंपिंग करणे यासाठी तिचा वापर करण्यात आला. सन १८८७ मध्ये स्कॉटलंड देशातील प्राध्यापक जेम्स बिथ यांनी विद्युत ऊर्जा निर्माण करणारी पहिली पवनचक्की आपल्या कॉलेजमध्ये तयार केली. १० मीटर उंच आणि कापडी पंखे असणाऱ्या या पवनचक्कीच्या साहाय्याने संपूर्ण कॉलेजचा परिसर त्या वेळी उजळला गेला. सन १९४१ मध्ये अमेरिकेत जगातील पहिली १.२५ मेगावॉट क्षमतेची पवनचक्की उभारली जाऊन विविध शहरांसाठी

पवन ऊर्जेचा वापर होण्यास सुरुवात झाली. दुसऱ्या महायुद्धाच्या काळात जर्मन पाणबुड्यांच्या बॅटरीसाठी पवन ऊर्जेचा वापर केला जात असे.

निर्मिती

सौर ऊर्जेच्या साहाय्याने पवन ऊर्जा कशी तयार होते हे समजणे आवश्यक आहे. पृथ्वीवर पडणाऱ्या सूर्यकिरणांमुळे पृथ्वीचा पृष्ठभाग कमीअधिक प्रमाणात तापतो. कारण या पृष्ठभागापैकी ३३ टक्के भाग जमिनीने तर उर्वरित भाग पाण्याने व्यापलेला आहे. तापमानातील फरकामुळे हवेचे कमी-जास्त दाबाचे पट्टे तयार होतात. वातावरणाचे संतुलन राखताना जास्त दाबाची हवा, शेजारील कमी दाबाच्या पट्ट्याकडे वाहू लागते. हवेचा हा प्रवाह म्हणजे वारा होय. अशाच वेगवान वाऱ्यामुळे पवनचक्कीचे पंखे फिरू लागतात. पवनचक्कीच्या रोटर या प्रमुख भागांमध्ये स्वतःभोवती फिरणारे शाफ्ट आणि विद्युत जनित्र असते. जनित्रामध्ये चुंबक आणि तांब्याच्या तारांचा संच असतो. विद्युत जनित्र गतिमान असताना चुंबकीय क्षेत्र म्हणजेच मॅग्नेटिक फील्ड तयार होऊन वीजनिर्मिती होते. तयार होणारी विद्युत ऊर्जा बॅटरीमध्ये अथवा रोहित्रामार्फत पॉवर ग्रीडला पुरवली जाते.

पवनचक्कीचे भाग

छोट्या घरांपासून ते मोठ्या शहरापर्यंत उपयुक्त ऊर्जा निर्माण करण्यासाठी विविध क्षमतेच्या पवनचक्क्या उपलब्ध असतात. त्यांची क्षमता २५० वॉटपासून १० मेगावॉटपर्यंत किंवा अधिक असते. टॉवर, पंखा, शेपटी, रोटर, ब्रेक, अल्टरनेटर, ॲनोमीटर इत्यादी विविध भागांनी पवनचक्की तयार होते. टॉवरसाठी काँक्रीट अथवा ट्यूबलर स्टीलचा वापर केला जातो. पंख्यासाठी दोन अथवा तीन ब्लेड्स वापरली जातात. फायबर ग्लास किंवा प्लास्टिकपासून बनवलेली ब्लेड्स हलक्या वजनाची असतात. पवनचक्की कार्यान्वित होण्यासाठी वाऱ्याचा वेग कमीतकमी १० ते २० मैल प्रति तास इतका असणे आवश्यक असते. त्याचप्रमाणे ५५ मैल प्रति तास इतक्या मर्यादेपर्यंत पवनचक्की चालवणे सुरक्षित ठरते. अतिवेगवान वाऱ्याच्या वेळी पवनचक्की आपत्कालीन ब्रेकच्या साहाय्याने बंद करता येते. पवनचक्कीला असणारी शेपटी म्हणजेच (टेलफीन) वाऱ्याच्या दिशेप्रमाणे पंखा नियंत्रित करून जास्तीत जास्त ऊर्जानिर्मिती करते.

फायदे

पारंपरिक ऊर्जेला (ग्रीड) उत्तम पर्याय म्हणून या ऊर्जेचा वापर करता येतो. खेड्यापाड्यातील दुर्गम अशा ठिकाणी जेथे ग्रीड ऊर्जा पोहोचवणे कठीण असते त्या ठिकाणी पवनचक्क्या उभारून ऊर्जानिर्मिती करता येते. या ऊर्जेची निर्मिती करताना हवा, पाणी, ध्वनी यांचे प्रदूषण होत नाही. पवनचक्की उभारणीचा व नंतरच्या देखभालीचा खर्च कमी असतो. यंत्रणा चालवण्यासाठी कोणत्याही ऑपरेटरची गरज नसते. निसर्गाचे वरदान असणाऱ्या पवन ऊर्जेची जास्तीतजास्त निर्मिती आणि वापर होणे म्हणजेच पर्यावरणाचे संतुलन राखणे असे असणार आहे.

•••

सौर ऊर्जा निर्मिती

देशाच्या उज्ज्वल भविष्यासाठी अपारंपरिक ऊर्जेचा जास्तीतजास्त वापर करण्याची वेळ आज आली आहे. देशातील अनेक दुर्गम खेड्यांमध्ये आजही विजेची टंचाई आहे. सौर ऊर्जेचा वापर अशा ठिकाणी केल्यास तेथील प्रगती करणे आपल्याला साध्य होईल. सौर ऊर्जेचा क्षेत्रांमध्ये जगभरातून आपल्या देशात चांगली गुंतवणूक होत आहे. या गुंतवणुकीचा आपण फायदा घ्यायला हवा. अमेरिका, जर्मनी यांसारखे प्रगत देश देशातील ऊर्जानिर्मिती १०० टक्के अपारंपरिक पद्धतीने करण्याच्या वाटेवर आहेत. सौर ऊर्जेचे महत्त्व माणसाने फार पूर्वीपासून जाणले होते. प्राचीन ग्रीक आणि चिनी संस्कृतीमध्ये अनेक वास्तूंसाठी सौरशास्त्राचा वापर करण्यात आला. आजच्या काळात सौरशास्त्राने खूप प्रगती केली आहे. आज संगणकाच्या साहाय्याने इमारतीची रचना, प्रकाशयोजना, वातानुकूलित यंत्रणा, लागणारी ऊर्जा अशा सर्वांचे मोजमाप अगोदर करता येते. भारत सरकारने सौर ऊर्जानिर्मितीसाठी मोठे पाऊल उचलण्याचे योजले आहे. केंद्र सरकारने सौर ऊर्जानिर्मिती, त्यांची यंत्र उभारणी, घरगुती अथवा व्यापारी तत्त्वावर वापर यासाठी विशेष सवलती जाहीर केल्या आहेत.

या क्षेत्रात पदार्पण करण्यासाठी उत्सुक असणाऱ्या सर्व गुंतवणूकदारांसाठी ही सुवर्णसंधी आहे. महाराष्ट्रातील धुळे जिल्ह्यातील साखरी येथे १२५ मेगावॉट ऊर्जानिर्मिती प्रकल्प उभारण्यात आला आहे. त्याचप्रमाणे गोंदिया जिल्ह्यात विंधन विहिरींवर सौर पंप बसवून पाणीपुरवठा करण्याचा शासनाचा निर्णय योग्य आहे. सौर ऊर्जा वापरून समुद्राचे क्षारयुक्त पाणी करण्यासाठी ऑटोमिक रीसर्च सेंटर मुंबई प्रयोगशील आहेत, यामुळे प्रतिदिन १००० लीटर खारे पाणी पिण्यासाठी शुद्ध होणार आहे. देशातील सर्वात मोठा सौर ऊर्जा प्रकल्प पालघर जिल्ह्यातील शहापूर येथे १६०० एकर जागेवर झाला असून त्याद्वारे ५०० मेगावॉट ऊर्जानिर्मिती होत आहे.

गुजरातमध्ये नर्मदा नदीच्या कालव्यावर ३.६ किलोमीटर लांबीचा अखंड सौर ऊर्जा प्रकल्प उभारला आहे. त्यामधून दरवर्षी १.६२ कोटी युनिट विजेचे उत्पादन अपेक्षित आहे. कच्छच्या वाळवंटात ४७५० मेगावॅट क्षमतेचे सोलर पार्क उभारणी प्रगतिपथावर आहे.

सनक्यूब तंत्रज्ञान

सौर ऊर्जानिर्मितीसाठी उपयुक्त असणारे सनक्यूब तंत्रज्ञान आपणास उपलब्ध झाले आहे. अवकाशातील अंतराळयानासाठी वापरले जाणारे तंत्रज्ञान आता भूपृष्ठावरील सौर ऊर्जानिर्मितीसाठी वापरले जात आहे. या तंत्रज्ञानाची मुहूर्तमेढ ऑस्ट्रेलिया देशात झाली असून जगातील सर्व प्रगत देश आज त्याचा वापर करत आहे. सौर ऊर्जानिर्मितीच्या पारंपरिक पद्धतीने सौर ऊर्जेचे १५ टक्के विद्युत ऊर्जेत रूपांतर होते. नवीन तंत्रज्ञानाने हेच प्रमाण ३७ टक्क्याने वाढले आहे. सनक्यूबची लांबी आणि रुंदी एक मीटर आणि उंची ३८ सेंटीमीटर असते. यामध्ये ३३.३ चौरस सेंटीमीटर आकाराचे ९ सबसेल असतात. त्यांच्या पृष्ठभागावर फ्रेशनेल लेन्स आणि तळात एक चौ.सेमी आकाराचा ट्रिपल जंक्शन फोटो व्होल्टिक सेल बसवलेला असतो.

हा सेल बनवण्यासाठी गेलियम अर्सेनाईड, जर्मेनियम, गेलियम अलॉय यांचा वापर करतात. सूर्याचे पृथ्वीपासूनचे अंतर अंदाजे १५० मिलियन किलोमीटर असून, प्रतिवर्षी साधारणपणे १७४ पेटावॅट ऊर्जा पृथ्वीतलावर येत असते. एक पेटावॅट म्हणजे १०० कोटी मेगावॅट. यावरून या प्रचंड उर्जेचा अंदाज आपल्याला करता येईल. आपल्याला आवश्यक असणाऱ्या उर्जेच्या कित्येक पट जास्त ही ऊर्जा आहे. सूर्याचे पृथ्वीभोवतालचे भ्रमण पूर्व-पश्चिम आणि काही भागांत दक्षिणोत्तर अशा दोन्ही मार्गाने होत असते. जास्त ऊर्जा निर्माण करण्यासाठी सूर्योदय ते सूर्यास्त काळातील सर्व सूर्यकिरणे आकर्षित करण्याची रचना सनक्यूबमध्ये असते. यामध्ये दृश्यप्रकाश अल्ट्राव्हायोलेट आणि इन्फ्रारेड किरणांचा समावेश असतो. सनक्यूबच्या हालचालींसाठी दोन स्वतंत्र मोटर्स असतात. त्यांच्या साहाय्याने एखाद्या सूर्यफुलाप्रमाणे सनक्यूब सूर्याच्या दिशेने फिरतो. पृष्ठभागावर पडणारी सूर्यकिरणे हजार पटींनी केंद्रित करून त्यांचे सौर ऊर्जेत रूपांतर होते. निर्माण झालेली ऊर्जा बॅटरींमध्ये साठवली जाते अथवा ग्रीड पॉवरमार्फत वापरली जाते. सनक्यूबचे आयुष्यमान अंदाजे २५ वर्षे असून दरवर्षी ५०० युनिट ऊर्जानिर्मिती साध्य होते. रस्त्यावरील दिवे, दुर्गम गावे यांना वीजपुरवठा, लाकूड कापणे आणि वाळवणे, पाण्याचे पंपिंग, वातानुकूलन यंत्रणा, दूरसंचार मनोरे, शीतगृहे, सोलर कुकर, गरम हवेची यंत्रणा, रेल्वे सिग्नल यंत्रणा, कृषिक्षेत्र, पाण्याचे शुद्धीकरण, घरगुती अथवा व्यापारी क्षेत्र, वैद्यकीय सेवा, सॅटेलाईट अशा सर्व ठिकाणी अपारंपरिक ऊर्जेचा वापर करणे ही पर्यावरणाशी बांधिलकीच आहे.

•••

करू या वृक्षांचे संवर्धन

नागरीकरण आणि औद्योगिकीकरण यांच्या वाढत्या गतीमुळे देशाच्या अनेक राज्यांतील नागरी क्षेत्रात मोठ्या प्रमाणात वृक्षतोड झाल्याचे वास्तव समोर आले. त्यावर नियंत्रण राखण्यासाठी १९७५ मध्ये महाराष्ट्र नागरी क्षेत्रातील झाडांचे संरक्षण व जतन करणारा अधिनियम लागू झाला. या अधिनियमात १९९५ आणि २००९ मध्ये उच्च न्यायालयाच्या आदेशानुसार सुधारणा करण्यात आली. यामध्ये झाडांचे जतन म्हणजे झाडे जिवंत राहण्यासाठी आणि त्यांच्या संख्येत वाढ होण्यासाठी लागणारी कामे करणे असे आहे.

सुधारित अधिनियमानुसार झाड याचा अर्थ १० सेंटिमीटरपेक्षा जास्त घेर आणि ३ मीटरपेक्षा जास्त उंची असणारे वृक्ष असा आहे. अधिनियमानुसार राज्यातील विविध महानगरपालिका वृक्ष प्राधिकरणाची स्थापना करत असतात. या प्राधिकरणात वृक्षांचे रोपण आणि जतन या क्षेत्रातील विशेष ज्ञान असणाऱ्या सदस्यांची नेमणूक करण्यात येते. प्राधिकरणाचे सर्व निर्णय आणि कर्तव्य पार पडण्याची जबाबदारी अध्यक्ष आणि सदस्य यांच्यावर असते.

वृक्ष प्राधिकरणाची कर्तव्ये

आपापल्या अधिकार क्षेत्रातील सर्व जमिनींवरील झाडांचे संरक्षण व जतन करण्याची जबाबदारी प्राधिकरणाची असते. त्यांना विद्यमान झाडांची ५ वर्षांतून एकदा गणना करावी लागते. वृक्ष प्राधिकरणातर्फे वर्षातून एकदा वन महोत्सवाचे आयोजन केले जाते. झाडे अथवा वनस्पती यांचे मानवी जीवनातील स्थान महत्त्वाचे आहे. याची जाणीव सर्वांनाच असावी हा यामागचा उद्देश असतो. यामध्ये खासगी आणि सार्वजनिक संस्थांचा सक्रिय

सहभाग असतो. नवीन झाडे लावू इच्छिणाऱ्या व्यक्तींना बिया, रोपटी आणि झाडे यांचा पुरवठा अल्पदरात केला जातो. शहर विकास आराखड्यानुसार अनेक नवीन रस्ते अथवा जुन्या रस्त्यांचे रुंदीकरण करावे लागते. अशा वेळी अनेकदा तेथील जीवित वा मालमत्ता यांच्या धोक्यापासून संरक्षण करण्यासाठी झाडांचे प्रतिरोपण करावे लागते. याबाबतचे सर्व निर्णय आणि परवानगी प्राधिकरणामार्फत घेतली जाते. कोणत्याही व्यक्तीस झाडे लावणे, त्याचे संरक्षण व जतन याबाबतचा मोफतचा सल्ला आणि तांत्रिक साहाय्य वृक्ष प्राधिकरणातर्फे दिले जाते. शहरातील रस्त्यांच्या मध्यभागी अथवा कडेने, सार्वजनिक उपवनात आणि उद्यानात, नदीच्या काठावर, टेकड्यांवर, मोकळ्या जागांवर, सार्वजनिक ठिकाणी योग्य झाडे अथवा झुडपे लावण्याचे कार्य प्राधिकरण करते. त्यांच्या परीक्षणाची जबाबदारी प्राधिकरणावर असते. अधिनियमाची सर्व उद्दिष्टे साध्य करण्यासाठी विविध योजना किंवा उपाययोजना वृक्ष प्राधिकरणामार्फत अवलंबल्या जातात.

निर्बंध आणि जतन दायित्व

अधिनियमात वृक्ष प्राधिकरणाप्रमाणेच शहरातील नागरिकांसाठी असणारी जबाबदारी निश्चित करण्यात आली आहे. त्यानुसार कोणीही व्यक्ती वृक्ष अधिकाऱ्यांच्या पूर्वपरवानगीखेरीज नागरी क्षेत्रातील कोणत्याही तिच्या स्वतःच्या मालकीच्या किंवा अन्य जमिनीतील झाड तोडणार नाही आणि तोडण्यास कारणीभूत होणार नाही याची जबाबदारी घेणे आवश्यक आहे. काही कारणाने झाड तोडावयाचे योजल्यास वृक्ष प्राधिकरणाकडे लेखी अर्ज करावा लागतो. अर्जासोबत जे झाड तोडावयाचे असेल त्या झाडाचे वर्णन, स्थिती दर्शवणारा जागेचा नकाशा आणि ते झाड तोडण्याची कारणे नमूद करावी लागतात. अर्ज महानगरपालिकेच्या उद्यान वृक्ष अधिकारी यांच्याकडे सुपूर्द करावा लागतो. महानगरपालिकेच्या हद्दीतील धोकादायक वृक्ष, बांधकाम अडथळा करणारे वृक्ष पूर्णपणे काढणे, त्यांचे पुनर्रोपण करणे याबाबतचे अर्ज तेथे स्वीकारले जातात.

बांधकाम आणि वृक्ष

नागरी क्षेत्रातील मिळकतीमधील नवीन बांधकाम नकाशा मान्य करण्यासाठी आणि बांधकामासाठी महानगरपालिकेच्या उद्यान विभागाचा पूर्व ना हरकत दाखला घ्यावा लागतो. परवानगी अर्जासोबत मिळकतीवर अस्तित्वात असणारे वृक्ष हिरव्या रंगाने आणि भविष्यात लावण्यात येणाऱ्या वृक्षांचे योग्य मोजमाप आणि स्थान नकाशावर दाखवावे लागते. अस्तित्वातील वृक्षांचे फोटो जोडावे लागतात. अनेकदा नवीन बांधकामे करताना अस्तित्वात असणारे वृक्ष बांधकामात अडथळा उत्पन्न करण्याची शक्यता असते. परंतु त्याबाबतचा कोणताही निर्णय विकसनकार अथवा वास्तुरचनाकार यांना स्वतःहून घेता येत नाही. त्यासाठी उद्यान वृक्ष अधिकाऱ्यांकडे रीतसर अर्ज करावा लागतो. अर्जासोबत बांधकाम चालू करण्याचा दाखला, मान्य नकाशावर तोडावयाचे वृक्ष लाल रंगाने व उर्वरित हिरव्या रंगाने दाखवावे लागतात. तोडावयाच्या वृक्षांच्या बदली लावण्यात येणारे नवीन वृक्ष व प्रस्तावित पुनर्रोपण करणारे वृक्ष निळ्या रंगाने दाखवावे लागतात. वृक्षांचे फोटो, जागेच्या मालकी हक्कासंबंधीची कागदपत्रे आणि हमीपत्र जोडावे लागते. अर्जासोबत वृक्ष काढण्याप्रीत्यर्थ अनामत रक्कम भरावी लागते. वृक्षांचे योग्य संवर्धन व जतन झाल्यानंतर अनामत रक्कम अर्जदारास परत मिळते. बांधकामासाठी पूर्णत्वाचा दाखला मिळवताना, महानगरपालिकेच्या बांधकाम खात्यामध्ये अर्ज करावा लागतो. त्या वेळी अर्जासोबत बांधकाम चालू करण्याबाबतचा दाखला, मनपा मान्य नकाशावर लागवड केलेल्या वृक्षांचे स्थान आणि तारीख, पूर्वीची वृक्षतोडीची परवानगी प्रत, बदली नवीन वृक्षलागवडीचे फोटो या गोष्टी जोडाव्या लागतात.

वृक्ष प्राधिकरण कार्यप्रणाली

शहरातील नागरिकांना वृक्ष काढणे, पुनर्रोपण अथवा फांद्या काढण्यासाठी वृक्ष प्राधिकरणाकडे रीतसर अर्ज करावा लागतो. खात्यामार्फत वस्तुस्थितिदर्शक अहवाल तयार केला जातो. अहवाल वृक्ष अधिकारी यांच्या प्रत्यक्ष पाहणीनंतर वृक्षाचे नाव, उंची, वय आणि वृक्ष काढावयाचे किंवा नाकारण्याचे कारण वृक्ष प्राधिकरण तज्ज्ञ समितीसमोर ठेवण्यात येते. त्यानंतर एकत्रित प्रस्तावांवर तज्ज्ञ समिती आपला अभिप्राय सादर करते. प्रस्तावांबाबत कायद्यानुसार स्थानिक वर्तमानपत्रांमध्ये व इंटरनेटवर प्रस्तावाच्या मिळकतींचा घरांक, सर्व्हे नंबर, प्लॉट नंबर विभागासह जाहीर प्रकटन दिले जाते. पाच दिवसांच्या कालावधीत नागरिकांच्या, संस्थांच्या हरकती मागवल्या जातात. त्यानंतर हरकतधारकांची सुनावणी घेतली जाते.

हे आक्षेप मा. वृक्ष प्राधिकरण समिती समोर ठेवण्यात येतात. समितीच्या मान्यतेनुसार कारवाई केली जाते. महाराष्ट्र नागरी क्षेत्रातील झाडांचे जतन अधिनियम १९९५, कलम २१ मधील तरतुदीनुसार वृक्ष अधिकाऱ्याने किंवा वृक्ष प्राधिकरणाने लादलेल्या शर्तींचे किंवा दिलेल्या आदेशांचे पालन नागरिकांना करावे लागते. त्यांना कर्तव्ये पार पाडण्यात अडथळा निर्माण करता येत नाही. तसे झाल्यास अपराधसिद्धीनंतर प्रत्येक अपराधाकरिता १००० रुपयांपेक्षा कमी नसेल आणि ५००० रुपयांपर्यंत असू शकेल इतक्या द्रव्य दंडाची आणि एक आठवड्यापेक्षा कमी नसेल व एक वर्षापर्यंत असू शकेल, इतक्या कारावासाची शिक्षा होईल अशी तरतूद आहे. म्हणूनच झाड तोडण्याएवजी ते जगवणे किती महत्त्वाचे असते याची जाणीव सर्वांना असण्याची गरज आहे.

•••

संकल्पना हरित महाराष्ट्राची

देशात सन १९३८ मध्ये स्वातंत्र्यप्राप्ती पूर्वी आरोग्य आणि शहराचे सौंदर्य वाढवण्यासाठी सार्वजनिक उद्यानांची निर्मिती होण्यास सुरुवात झाली. त्या काळात नागरिकांसाठी अशी उद्याने खुली झाल्याने त्यांना शहराविषयी प्रेम आणि आदर निर्माण होऊ लागला. आज देशातील अनेक शहरे टेकड्यांनी वेढलेली आहेत. प्रदूषणात सापडलेल्या नागरिकांसाठी या टेकड्या ऊर्जास्रोत असतात.

तरुणांपासून ज्येष्ठ नागरिकांसाठी व्यायाम आणि ध्यानधारणेची मुख्य ठिकाणे असतात. अशा टेकड्यांवरील वृक्षांवर लक्षावधी पक्ष्यांची घरे आणि जमिनीवर वन्यजीवांची निवासस्थाने असतात. आपल्या स्वतःच्या जगण्यासाठी त्यांना बेघर करणे मनुष्यजातीला अशोभनीय म्हणता येईल. टेकड्यांचे सपाटीकरण करण्यापेक्षा नैसर्गिक वरदान असलेल्या सर्व जागा हिरव्यागार बनवण्यासाठीचे सर्वतोपरी प्रामाणिक प्रयत्न करण्याची वेळ आता आपल्यावर आली आहे.

हरित महाराष्ट्र संकल्पना

शहरीकरण आणि औद्योगिकीकरण यांच्या वाढत्या वेगामुळे अनेक शहरांचे हरित आच्छादन दिवसेंदिवस कमी होत आहे. त्याला उपाय म्हणून सार्वजनिक आणि खासगी जागांमध्ये मोठ्या प्रमाणात वृक्षरोपणाचे कार्यक्रम करण्याची आवश्यकता आहे. स्थानिक जातीच्या वृक्षलागवडीसाठी नागरिकांमध्ये जनजागृती करणे, त्यांना वृक्षांविषयी सखोल माहिती देणे, पर्यावरणाचे संवर्धन करणे इ.साठी शहरातील विविध संस्था, पर्यावरणप्रेमी नागरिक, सामाजिक वनीकरण आणि वनविभाग यांच्या सहकार्याने अनेक चांगले उपक्रम केले जातात.

स्थानिक वृक्षसंपदा

शहरांच्या वृक्ष प्राधिकरणाकडे स्थानिक जातींच्या वृक्षांची यादी आणि रोपांची उपलब्धता असते. आपल्या आवडीच्या वृक्षांची त्यामधून निवड करून त्याचे रोपण आणि संवर्धन वृक्षप्रेमींना करता येते. वृक्षप्रेमींसाठी विविध वृक्षांची असणारी अशी यादी सर्वांसाठी अत्यंत उपयुक्त असणारी आहे. यादीमध्ये खैर, हिवर, बाभूळ, हळद, बेल, शिरीष, किनई, रोहित, सातवीण, रोहितक, महाधावडा, धावडा, फणस, कडुलिंब, गोरखचिंच, देवसायर, नेवार, रक्तकांचन, आपटा, बोर, पिवळा कांचन, काटेसावर, चारोळी, पळस, उंडी, कुंभा, बहावा, हिरवा सायर, सोनसावर, भोकर, दहीवण, बुरगुडं, बोरकुंड, वायवर्ण, नारळ, वाडगा, फणशी, शिसम, सिसू, मोठा करमळ, टेमरू, पुत्रंजीवा, टेंभुर्णी, रुद्राक्ष, रानपांगरा, बूचपांगरा, पायपर, पायर, खरोटी, वड, रबर, उंबर, उंबर काळा, नांद्रुक, पिंपळ, पिंपरण, कृष्णवड, शिवण, फालसा, धामण, वारस, पिवळा अंजन, पांढरा कुडा, वावळ, मोहगणी, तामण, मोई, नाणा, कवठ, मोह, आंबा, खिरणी, बकान, नीम, लिंबारा, चेरी, अंजनी, नागकेशर, पिवळा चाफा, बकुळ, कमळ, बारतोंडी, कुंती, कदम, पारिजातक, पारजांभूळ, टेट्टू, तिवस, कनकचंपा, चेंडूफळी, आवळा, करंज, शमी, मुचकुंद, रक्तचंदन, वाळुंज, चंदन, रिठा, सीताअशोक, कुसुंब, मोरवा, वानवृक्ष, अंबाडा, जंगली, बदाम, कहांडल, पाडळ जांभूळ, चिंच, साग, अर्जुन, बेहडा, आईन, किंजळ, हिरडा, सावडा, रानभेंडी, काळा कुडा, सेमला, कांचन इत्यादी अनेक वृक्षवल्लींचा समावेश आहे.

वृक्षारोपणाचे उपक्रम

शहराभोवती असणाऱ्या टेकड्या आणि शहर हद्दीलगत सामाजिक वनीकरण आणि महानगरपालिका यांच्या वतीने संयुक्त वन व्यवस्थापन आणि विविध प्रकल्प राबवणे शक्य असते. त्यासाठी महानगरपालिकांनी वन विभागास अर्थसाहाय्य करण्याची आवश्यकता आहे. टेकड्यांवर मृद्संधारणाची कामे केल्यास त्या ठिकाणी स्थानिक जातींच्या वृक्षलागवडीसाठी मोठा वाव आहे. टेकड्यांचे सपाटीकरण करण्याऐवजी तेथे जैवविविधता उद्याने विकसित करता येतील. शहरांच्या नवीन आराखड्यात उद्यानांचे आरक्षण असलेल्या जागा, ॲमेनिटी स्पेस, ओपन स्पेस, हरित पट्टे इ. ठिकाणी वृक्षलागवड करून वन उद्याने करता येईल.

शहरांचा जवळपास संरक्षण मंत्रालयाच्या अखत्यारित येणारी क्षेत्रे असतात. त्या ठिकाणी सेनादल वने तयार करता येतात. शहरातील काही मोकळ्या जागांची निवड करून तेथे स्मृतिवने अथवा आनंदवने यांसारखी उद्याने करता येतील. अशा ठिकाणी वड, पिंपळ, कडुलिंब, कदंब, बेल, उंबर इत्यादी वृक्ष, घरातील थोरामोठ्यांच्या स्मृतिप्रीत्यर्थ लावून त्यांचे संवर्धन करता येऊ शकते. शहरातील धार्मिक स्थळांभोवती स्थानिक प्रजातींची वर्षभर हिरव्या राहणाऱ्या वृक्षांची लागवड करणे शक्य आहे. अनेक टेकड्यांवर पुरातनकालीन मंदिरे असतात. त्या ठिकाणी वड, पिंपळ, बेल, शमी, आपटा, कांचन, कुचला, सोनचाफा अशा उंच रोपांची पावसाळ्यात लागवड करता येते. ही देववने संबंधित देवस्थान समितीकडे हस्तांतरित केल्यास धार्मिक स्थळांचे सुशोभीकरण होऊन पर्यावरण संतुलनास मदत होईल.

आयुर्वेदातील औषधी वनस्पतींचा मानवी जीवनातील उपयोग आता सर्वश्रुत आहे. बेल, टेट्टू, कुंचला, राळ अशा औषधी वनस्पतींची लागवड करून त्यांचे वेगळे उद्यान करता येईल. अशा उद्यानांचा नागरिकांना उपयोग करून घेता येईल. शहरातील स्मशानभूमीमध्ये शांतिवने उभारता येतील. शांती आणि पावित्र्याचे प्रतीक असणारे चिंच, पिंपळ, वड, सीताअशोक, सोनचाफा अशा वृक्षांची लागवड तेथे करणे उचित ठरेल. स्मशानभूमीतील उदास आणि भकास वातावरण यामुळे शांतिदायक बनेल.

ऊर्जा सिंचन आणि विद्यावने

काही शहरी भागात तसेच शहरालगतच्या महसूल विभागाच्या पडीक गायरान क्षेत्रात इंधन म्हणून जळाऊ लाकडाचा वापर होत असतो. इथे इंधनास उपयुक्त असणारे बाभूळ, हिवर, धावडा, शमी, कडुनिंब प्रजातींची प्रत्येकी २ मीटर अंतरावर दाट पद्धतीने वृक्षलागवड करून ऊर्जावने निर्माण करता येतील. नागरिकांना अशा रोपवनातील वाळलेल्या काड्या, फांद्या घेऊन जाण्यास रीतसर परवानगी देता येईल. यामुळे बेकायदेशीर वृक्षतोडीवर नियंत्रण आणता येईल. पाणीसाठ्यालगत पक्ष्यांना आकर्षित करणारे जांभूळ, बोर, अर्जुन, बांबू, देवभेंडी इत्यादी वृक्ष लावून सिंचनवने तयार करण्यास मोठा वाव आहे. शहरातील शाळेच्या अथवा महाविद्यालयाच्या आवारात सभोवताली वृक्षारोपणासाठी जागा आणि संरक्षित कुंपण घालून विद्यावनांची निर्मिती करता येईल. शाळेच्या विविध समारंभानिमित्त रोपांची लागवड करून विद्यार्थी वर्गात पर्यावरणाविषयी आवड निर्माण करणे शक्य आहे.

वृक्षलागवडीचे नियम

स्थानिक वृक्षांच्या प्रजातींना प्राधान्य देऊन रस्त्याच्या कडेने आणि मध्यभागी जिथे जिथे शक्य होईल, त्या ठिकाणी वृक्षलागवड केली असता शहराचे सौंदर्य वाढवता येते. रस्त्याच्या बाजूने झाडे लावण्याबाबत काही महत्त्वाची प्रमाणके आहेत. रस्त्याची रुंदी २४ मीटर आणि अधिक असेल तर प्रत्येकी १० मीटर अंतरावर एक वृक्ष लावावा लागतो. रस्त्याची रुंदी १२ मीटर ते २४ मीटर असेल तर रस्त्याच्या दुतर्फा प्रत्येकी १० मीटर अंतरावर एक वृक्ष लावणे आवश्यक आहे. रस्त्याची रुंदी ६ मीटर ते १२ मीटर असेल तर प्रत्येकी २० मीटर अंतरावर एक वृक्ष असावा. बागा, समुद्रकिनारे, टेकडी, उतार, हरितक्षेत्रे, नदीकिनारे, हरितपट्टे, पानथळे इत्यादी ठिकाणी प्रति चौरस मीटर क्षेत्रात एका वृक्षाची लागवड करावी लागते. बगीच्यात २० चौ.मीटर क्षेत्रात एक वृक्ष लावणे अपेक्षित आहे. क्रीडा संकुले, लघु क्रीडा प्रेक्षागार, लहान मुलांच्या खेळण्याच्या जागा, विकास योजनेतील खुल्या जागी असणाऱ्या सुविधा क्षेत्राच्या प्रत्येकी १०० चौरस मीटर अंतरावर एक वृक्ष असावा लागतो. केंद्र शासन, राज्य शासन, निमशासकीय, कार्पोरेट कार्यालये इत्यादी ठिकाणी १०० चौरस मीटर भूखंडात एक वृक्ष लावणे अपेक्षित आहे. वरील वृक्षांची लागवड करताना स्थानिक मृदू हवामान, तसेच स्थानिक उपलब्ध वृक्षांच्या जाती विचारात घेऊन अनुरूप असलेल्या संवर्गातील वृक्षांची निवड करणे योग्य ठरते. लगतच्या सार्वजनिक जागेतील कूपनलिकांद्वारे वृक्षांना पाणी देता येते. कूपनलिकांचे पुनर्भरण रेन वॉटर हार्वेस्टिंगद्वारे करता येते. नैसर्गिक आपत्तीमध्ये तग धरून राहण्यासाठी रस्त्याच्या कडेला असणाऱ्या वृक्षांची मुळे खोलवर जाणारी असण्याची गरज असते. तेथे तशा विशिष्ट प्रकारच्या वृक्षांची निवड करावी. पर्यावरणाचे संतुलन ठेवण्यासाठी आणि त्याला प्रदूषणापासून वाचविण्यासाठी वृक्षांचे पालनपोषण सर्वांनीच करायला हवे.

•••

• शब्दसूची •

- मॉटर : वाळू , सिमेंट अथवा चुना, पाणी यांचे विशिष्ट प्रमाणातील मिश्रण
- चेम्बर्स : दालने
- कॅल्शियम कार्बोनेट : चुनखडी
- ग्राउटींग : विशिष्ट प्रमाणातील सिमेंटचा स्त्राव
- बेन्टोनाईट : पाणी रोखणारे रसायन
- गर्डर : मध्यभागातील मोठी तुळई
- पाईल : खोल पायाचा एक प्रकार
- फ्रेमवर्क : बांधकामाला आधार देणारी मांडणी
- वॅक्स कोटिंग : मेणाचा थर
- टेफ्लॉन टेप : पाण्याचा शिरकाव रोखणारी पट्टी
- संरचनाकारक : आरसीसी डिझाईन करणारा
- ट्रीलीयन : १००० बिलियन
- बिलियन : १००० मिलीयन
- मिलीयन : १० लाख
- एक गॅलन : ३.७८ लिटर्स
- ब्लास्टिंग : सुरुंग
- कॉफर डॅम : पाण्याखालचे बांधकाम करण्यासाठी बनवलेले वॉटरटाईट चेंबर
- स्लाईड रूल : मोजमाप पट्टी
- लॉग टेबल : हिशोब करणारा तक्ता
- एक मेगावॅट : एक हजार किलोवॅट
- विंड टनेल टेस्ट : वेगवान वाऱ्यात प्रतिकृतीची चाचणी,
- बालूस्टर : बाल्कनीत बसवणारा आकर्षक भाग
- रीन्फोर्समेंट : काँक्रीट मधील लोखंडी सळई
- क्यूरींग : काँक्रीट, बांधकाम, प्लास्टर यांची ताकद पाणी मारून वाढवणे
- ट्रायल पीट : जमिनीचा चाचणी खड्डा,
- स्लॅब कल्व्हर्ट: रस्त्यावरील पाणी वाहून नेणारी मोरी
- टेक्चरींग : पृष्ठभाग खडबडीत करणे
- स्लीप फॉर्म : सरकत वर जाणारा काँक्रीटचा आधार.
- पोस्ट टेन्शनींग : काँक्रीट झाल्यानंतर अंतर्गत केबल ताणणे
- ऑप्टीकल : प्रकाश दर्शवणारा
- राफ्ट : पायासाठी केलेले स्लॅब काँक्रीट
- पाईल : जमिनीखाली खोलवर जाणारा काँक्रीटचा कॉलम
- सेल्फ कॉम्पाक्टिंग काँक्रीट : स्वतःहून कंपन करणारे काँक्रीट.
- लायटनींग अरेस्टर : वीज आकर्षित करणारी यंत्रणा
- ब्रेझिंग : तांबे आणि जस्ताने दिलेला जोड ,
- ट्रीमी कॉन्क्रीट : पाण्याखालील काँक्रीट
- अल्ट्रा सोनीक टेस्ट : कंपित ध्वनीलहरी चाचणी
- लायनर : आवरण
- अँन्कर फास्टनर : खडकात खिळे ठोकून आधार देणे
- डायगोनल ट्रस : कर्ण आकारातील आधार
- स्पॅन : दोन कॉलम मधील अंतर ,
  एक्सपांन्शन जॉईंट : आकुंचन प्रसरण सांधा
- सेग्मेंट : काँक्रीटचा तयार भाग
- काँक्रीट ग्रेड एम ६० : साठ दर्जा असणारी काँक्रीटची दाबशक्ती
- वेल्डमेश : जस्ताचा थर असणारी लोखंडी जाळी ,
  इन्सुलेशन : विद्युतप्रवाह रोधक
- लीनसीड ऑईल : जवसाचे तेल,
- ज्यूट : ताग , अॅडेसीव्ह : चिकटू शकणारा पदार्थ
- कॉफर डॉम - पाण्यातील कामे किंवा बांधकाम निर्मिती करताना बांधावा लागणारा तात्पुरता बांध
- राफ्ट : काँक्रिटचा जाड स्लॅब
- ॲस्फाल्ट : शिंगल टाईल्स - डांबरी कौले

लेखक परिचय
प्रकाश मेढेकर

जन्म :
३० सप्टेंबर १९६१

शिक्षण :
बी. ई. (स्थापत्य) १९८२. प्रथमवर्ग विशेष प्रावीण्यासह कॉलेज ऑफ इंजिनिअरिंग पुणे.

मोबाईल :
९१४६१३३६९३, ई-मेल : prakash.5956@gmail.com

विविध संस्थांचे मानद सभासदत्व :
इन्स्टिट्यूशन ऑफ इंजिनिअर्स, द इन्स्टिट्यूशन ऑफ ब्रीज इंजिनिअर्स, द इन्स्टिट्यूशन ऑफ व्हॅल्यूअर्स, चार्टर्ड इंजिनिअर, गव्हर्नमेंट रजिस्टर्ड व्हॅल्यूअर, मेंबर ऑफ इंजिनिअरिंग कौन्सिल ऑफ इंडिया

स्थापत्य अभियांत्रिकी विभागातील विशेष कार्य :
भारत, इराक, ओमान, मलेशिया या देशांतील विविध बांधकाम प्रकल्पांवर कामे करण्याचा ३५ वर्षांचा प्रदीर्घ अनुभव. रहिवासी, व्यापारी, औद्योगिक, मरीन, पायाभूत सुविधांचे प्रत्यक्ष काम करण्याची संधी.

अभियांत्रिकी विषयक लेखन :
अभियांत्रिकीतील अद्ययावत तंत्रज्ञान, नवनवीन बांधकाम साहित्य, पर्यावरणपूरक बांधकाम पद्धती, अत्याधुनिक यंत्रप्रणाली याविषयी विविध वृत्तमाध्यमांतून १५० हून अधिक अभ्यासपूर्ण लेख प्रकाशित. 'सकाळ प्रकाशन'च्या मराठी 'दिशा बांधकाम नवनिर्मितीची' आणि 'की फॉर प्रॅक्टिकल कन्स्ट्रक्शन'चे लेखन

मानसन्मान- विविध पुरस्कार

१. भारताचे माजी राष्ट्रपती मा. ए. पी. जे. अब्दुल कलाम यांच्याकडून मलेशियातील मेट्रो कामाबद्दल विशेष प्रशंसा. (२००९) .
२. स्थापत्य अभियांत्रिकीतील निर्भीड, निष्पक्ष लेखनाबद्दल मानवी हक्क संरक्षण आणि जागृती संस्थेच्या वतीने मानव अधिकार पुरस्कार (२०१४)
३. स्थापत्य क्षेत्रातील उल्लेखनीय कार्याबद्दल देशस्थ ऋग्वेदी ब्राह्मण शिक्षणोत्तेजक संस्थेच्या वतीने 'आदर्श स्थापत्य शास्त्रज्ञ' पुरस्कार (२०१५)
४. अखिल ब्राह्मण मध्यवर्ती संस्था पुणे केंद्रातर्फे स्थापत्य अभियांत्रिकीतील उल्लेखनीय लेखनाबद्दल 'आदर्श अभियंता लेखक' पुरस्कार (२०२२)

बांधकाम निर्मितीशी संबंधित मार्गदर्शन करणारी वाचनीय पुस्तके

आकार : 6.7'' x 9.5''

पृष्ठसंख्या : 190

किंमत ₹280

दिशा बांधकाम नवनिर्मितीची

लेखक – प्रकाश मेढेकर

जुनी वास्तू पाडून नवं बांधकाम करायचं असो अथवा नवी जागा घेऊन तिथं नव्यानं इमारत उभारायची असो, आपल्यासाठी ती नवनिर्मिती जिव्हाळ्याची ठरते. तिच्यासाठी प्रकाश मेढेकर यांच्यासारख्या कल्पक, पर्यावरणप्रेमी व अनुभवी बांधकामतज्ज्ञाचा सल्ला योग्य दिशा देऊ शकतो. हा अनमोल सल्ला 'दिशा बांधकाम नवनिर्मितीची' या पुस्तकातून आपल्याला हवा तेव्हा, हवा तितका वेळ मिळवता येण्याची मोठीच सोय झाली आहे.

बांधकाम क्षेत्रातील शिक्षण-प्रशिक्षण आणि प्रत्यक्ष प्रॅक्टिस यामध्ये मोठे अंतर आहे. शिक्षण पूर्ण झाल्यानंतर या क्षेत्रातील अभियंत्यांना अनेक गोष्टींना नव्याने सामोरे जावे लागते. त्यासाठी काही सूचनावजा स्वरूपामध्ये बनविण्यात आलेले हे पुस्तक आहे. एखाद्या प्रकल्पाच्या संकल्पनेपासून ते प्रकल्प प्रत्यक्षात येईपर्यंत मोठी प्रक्रिया असते. त्यासाठी अभियंत्यांना घ्यावी लागणारी जबाबदारी आणि प्रकल्पांची गुणवत्ता याविषयी अतिशय मार्गदर्शक माहिती या पुस्तकातून मिळते.

आकार : 6.7'' x 9.5''

किंमत ₹390

पृष्ठसंख्या : 255

माय कन्स्ट्रक्शन प्रॅक्टिसेस

लेखक – आर. बी. चाफळकर

Whatsapp: ८८८८८४९०५०

सकाळ प्रकाशन
जगणं समृद्ध करणारी पुस्तक परंपरा

follow us on:

सकाळ मीडिया प्रा. लि. ५९५, बुधवार पेठ, पुणे-४११ ००२.

www.sakalpublications.com | amazon.in | flipkart.com

www.ingramcontent.com/pod-product-compliance
Lightning Source LLC
LaVergne TN
LVHW062203171026
850499LV00044B/1837
* 9 7 8 9 3 9 5 1 3 9 1 1 3 *